பௌத்தமும் தமிழும்

மயிலை, சீனி. வேங்கடசாமி

SASA PUBLISHING (OPC) PRIVATE LIMITED,
ANDHRA PRADESH

பௌத்தமும் தமிழும் / Pauththamum Tamizhum

மயிலை, சீனி. வேங்கடசாமி / Mayilai Seeni Venkatasamy

REPUBLISHED IN 2026

PUBLISHED BY

SASA PUBLISHING (OPC) PRIVATE LIMITED

8-1, NEELITHOTTI KANDRIGA

SATYAVEDU – 517588, CHITOOR DISTRICT

ANDHRAPRADESH

Tel : 9441595078

sasapublishing@outlook.com

ISBN : 978-93-48584-00-7

முன்னுரை

தொடர்புரை

உரிமையுரை

தமிழைக் கற்பதும் அதனைப் பல்லோர்க்குங் கற்பிப் பதும் தமிழ்த் தொண்டென்பதூஉம், அதனைக் கற்றுங் கற்பித்தும் வருகின்ற பெரியோரைப் போற்றுவது தமிழ்த் தாயை வழிபடுவதொக்குமென்பதூஉம் வாய்மையாதலின், தமது வாழ்நாள் முழுவதும் தமிழை ஆராய்ந்து கற்றும் கற்பித்தும் வருகின்ற பெரியார், சென்னைக் கிறிஸ்துவக் கல்லூரித் தலைமைத் தமிழ்ப் பேராசிரியராய் விளங்கிய நற்குணச் செம்மல், உயர்திரு.ச. த. சற்தணர் அவர்களுக்கு இந்நூலாசிரியர் ஆர்வத்துடன் அணிவிக்கும் அன்புமலராக இந்நூல் இலங்குக.

முன்னுரை

ஒரு காலத்தில் பௌத்தமதம் தமிழ் நாட்டில் சிறப்புற்றிருந்தது. ஏறக்குறைய கி. மு. இரண்டாம் நூற்றாண்டு முதல் கி. பி. பத்தாம் நூற்றாண்டு வரையில் இந்த மதம் தமிழ் நாட்டில் உயர் நிலை பெற்றிருந்தது. பிற்காலத்தில், பதின்மூன்றாம் நூற்றாண்டுக்குப் பின்னர், இந்த மதம் மறையத் தொடங்கி, இப்போது முழுவதும் தமிழ் நாட்டில் மறைந்துவிட்டது. இப்போதைய தமிழர், ஒரு காலத்தில் பௌத்த மதம் தமிழகத்தில் செல்வாக்குப் பெற்றிருந்ததென்பதை முற்றும் மறந்துவிட்டனர்; அது இவர்களுக்குப் பழங்கதையாய், கனவாய் மறைந்துவிட்டது.

எழுநூறு ஆண்டுகளுக்கு முன்னர், பல நூற்றாண்டாகத் தமிழகத்தில் பரவியிருந்த பௌத்த மதம், தமிழ் மொழியிலும் தன் செல்வாக்கைச் செலுத்தியிருக்க வேண்டுமன்றோ? பௌத்தர் தமிழ் மொழிக்குச் செய்த தொண்டுகள், அல்லது உதவிகள் யாவை? பௌத்தர் தமிழ் மொழியில் இயற்றிய நூல்கள் எவை? அவற்றின் வரலாறு என்ன? இவற்றை அறியக் கருதி யாம் செய்த ஆராய்ச்சியின் பயனே இந்நூலாகும். பௌத்தர் தமிழ் மொழிக்குச் செய்த தொண்டினை மட்டும் ஆராய்வதே எமது முதல் நோக்கமாயிருந்தது. பின்னர், இந்த ஆராய்ச்சி, பௌத்தம் தமிழ் நாட்டில் வந்ததும், வளர்ந்ததும், மறைந்ததுமான வரலாறுகளையும் சுருக்கமாக எழுதும்படி செய்துவிட்டது. பௌத்தரால் தமிழருக்குண்டான நன்மையை ஆராய்வதே இந்நூலின் முதல் நோக்கமாகையாலும், இது தமிழ் மொழி வரலாற்றின் ஒரு பகுதியாகையாலும், இந்நூலுக்குப் பௌத்தமும் தமிழும் என்னும் பெயர் சூட்டப்பட்டது.

வேறு வேலைகளுக்கிடையே, ஓய்வு நேரத்தில்மட்டும் இதனை ஆராய்ச்சி செய்ய வேண்டியிருந்தபடியினாலும், பல இன்னல்களுக்கிடையே இதனை எழுதவேண்டியிருந்த படியினாலும் யாம் கருதிய அளவு இந்நூல் ஆக்கப்படவில்லை. ஆயினும், எமது ஆற்றலுக்கு இயன்ற வரையில் முயன்று, கிடைக்கக்கூடிய ஆதாரங்களை அடிப்படையாகக் கொண்டு இந்நூல் இயற்றப்பெற்றுள்ளது. தமிழ் நாட்டுப் பௌத்த மத வரலாற்றினைக் கூறுவதும் பௌத்தர் தமிழ் மொழிக்குச் செய்த தொண்டுகளை ஒருங்காராய்ந்து விளக்குவதுமான நூல், தமிழ் மொழியில், யாம் அறிந்தவரையில், இதுவே முதலாவதாகும். இதுவரையில் மறைந்து கிடந்தனவும் மாய்ந்து போகுந்தருவாயிலிருந்தனவுமான வரலாறுகளும் செய்திகளும் இவ்வாராய்ச்சியால் உயிர்ப்பிக்கப்பட்டு வெளிப் படுத்தப்படுகின்றன.

இந்த ஆராய்ச்சியைத் தொடங்கிய பின்னர், பாளி என்னும் மாகதி மொழியில் உள்ள பௌத்த நூல்களை நேரே படித்தறிந்தாலன்றித் தமிழ் நாட்டுப் பௌத்த மத வரலாற்றின் ஆராய்ச்சி முற்றுப்பெறாதென்பதை உணர்ந்தோம். ஏனென்றால், பௌத்தரால் போற்றப்படுகின்ற பாளிமொழி நூல்களில் சிலவற்றை இயற்றியவர்களும், பாளிமொழியில் உள்ள நூல்களுக்குச் சிறந்த உரைகளைப் பாளி மொழியில் இயற்றியவர்களும் தமிழ் நாட்டில் வாழ்ந்திருந்த தமிழப் பௌத்தர்களாவர். அன்றியும், தமிழ் நாட்டில் பௌத்தமதம் நிலைபெற்றிருந்த காலங்களில், பாளிமொழி தமிழ் நாட்டுப் பௌத்தர்களின் தெய்வ பாஷை யாக இருந்தது. இக்காரணங்களினால், தமிழ்நாட்டுப் பௌத்தமத ஆராய்ச்சிக்குப் பாளி மொழியறிவு பெரிதும் வேண்டற்பாலது. பாளிமொழியறியாத குறை எமக்குண்டு. ஆயினும், ஆங்கிலத்தில் மொழிபெயர்க்கப்பட்டுள்ள பாளிமொழி நூல்களினால் இக்குறை ஒருவாறு நீக்கப்பட்டது. சென்னைப் பிரம்பூரில் உள்ள மகாபோதி ஆஸ்ரமத்தைச் சேர்ந்த ஸ்ரீ

சத்தர்மாசாரிய சோமாநந்த ஸ்தவிரர் அவர்கள், பாளிமொழி நூல்களில் சில பகுதிகளை மொழி பெயர்த்துச் சொன்னார்கள். இந்த உதவிக்காக எமது நன்றி அவருக்குரியதாகும். ஆயினும், நேர்முகமாகப் பாளி மொழியை அறிந்திருக்கவேண்டுவது தமிழ் நாட்டுப் பௌத்தமத ஆராய்ச்சிக்கு இன்றியமையாததாகும்.

ஆராய்ச்சி செய்வோர் உவத்தல் வெறுத்தல் இன்றி, சான்றுகள் காட்டும் ஆராய்ச்சி முடிவுகளை உள்ளது உள்ளவாறு கூறுதல்வேண்டும்; தமது கொள்கைக்கு முரண்பட்டதாக இருப்பினும், உண்மையையே நடு நின்று கூறுதல் வேண்டும், தமது கொள்கைக்கு முரண்பட்டதாகத் தோன்றுவதாலோ, அல்லது உண்மையைக் கூறினால் உலகம் சீறுமென்னும் அச்சத்தாலோ, உண்மை கூறாமல் விடுவோர் தமக்கும் நாட்டுக்கும் தீங்கு செய்தோராவர். இந்தக் கொள்கையை மனத்திற் கொண்டுதான் யாம் எமது ஆராய்ச்சியிற் கண்ட முடிபுகளை இந்நூலுள் கூறியுள்ளோம். வாசகர் இந்நூலுள் தம் கொள்கைக்கு மாறுபட்ட கருத்தைக் கண்டால், அதன்பொருட்டு எம்மீது சீற்றங்கொள்ளாமல், அது எம் ஆராய்ச்சி காட்டிய முடிபு எனக்கொள்வாராக, எந்த மதத்தையாவது குறைகூறவேண்டுமென்பதோ, அல்லது போற்றவேண்டுமென்பதோ எமது கருத்தன்று. உண்மை யுணரவேண்டும் என்பதொன்றே எம் கருத்து. இந்நூல் எழுதப்பட்டதும் அக்கருத்துடையார்க்கே.

இந்நூலுள் ஒரோவிடங்களில் சில செய்திகள் மீண்டும் கூறப்படும். அவற்றைக் கூறியது கூறல் என்னும் குற்றமாகக் கொள்ளாமல், இது ஆராய்ச்சி நூலாதலின், தெளிவு பற்றி அநுவாதமாக அவ்வாறு கூறப்பட்டதெனக் கொள்க. இந்நூலினைத் தமிழுலகம் ஏற்றுக்கொண்டு, இதுபோன்ற தமிழ்த்தொண்டினை மேன்மேலும் இயற்றப் பெரிதும் ஊக்குவிக்கும் எனப் பெரிதும் நம்புகின்றோம்.

பௌத்தமும் தமிழும்

அதிகாரம் 1. பௌத்த மதம் தமிழ்நாடு வந்த வரலாறு.

கி. மு. ஐந்தாம் நூற்றாண்டில் கௌதம புத்தரால் வட இந்தியாவில் தோன்றிய பௌத்தமதம், தென் இந்தியாவில் உள்ள தமிழ்நாட்டில் எப்போது வந்தது? இந்த மதத்தை முதல்முதல் இங்குக் கொண்டுவந்தவர் யாவர்? இவற்றைப் பற்றி இங்கு ஆராய்வோம்.

கடைச்சங்க காலத்திற்குப் பின்னர்தான், அதாவது கி. பி. முதலாவது, அல்லது இரண்டாவது நூற்றாண்டுக்குப் பிறகுதான், பௌத்தமதம் தமிழ்நாட்டில் வந்திருக்கக்கூடும் என்று சிலர் கருதுகின்றனர். இவ்வாறு இவர்கள் கருதுவதற்குக் காரணம் யாதெனில், கடைச்சங்க நூல்களில் பௌத்தமதத்தைப்பற்றிக் கூறப்படாததுதான். ஆனால், இவர்கள் கருத்து தவறெனத் தெரிகின்றது. பௌத்த மதத்தைப்பற்றிய குறிப்புகள் கடைச்சங்கத் தொகை நூல்களுட் காணப்படவில்லையாயினும், அச்சங்க காலத்து நூல்களில் காணப்படுகின்றன. அதாவது, கடைச்சங்க காலத்து நூல்களாகிய மணிமேகலை சிலப்பதிகாரங்களில் இந்த மதத்தைப்பற்றிக் கூறப்பட்டுள்ளன. அன்றியும், பௌத்தமதப் புலவர்கள் இயற்றிய செய்யுள்கள் கடைச்சங்கத் தொகை நூல்களுட் காணப்படுகின்றன. மணிமேகலை என்னும் பௌத்த காவியத்தை இயற்றிய பௌத்தராகிய கூலவாணிகர் சாத்தனார் அருளிச்செய்த செய்யுள்கள் அகநானூறு, புறநானூறு, நற்றிணை, குறுந்தொகை என்னும் நூல்களுள் தொகுக்கப்பட்டுள்ளன. இளம்போதியார் என்பவரும் கடைச்சங்க காலத்திலிருந்த பௌத்தப் புலவர். இவரது பெயரே இவர் பௌத்தர் என்பதைத் தெரிவிக்கின்றது. (போதி=அரசமரம்; அரசமரத்தின் கீழே புத்தர் ஞானம்

பெற்றபடியால், பௌத்தர் அரசமரத்தைத் தொழுவது வழக்கம்.) இந்த இளம்போதியார் இயற்றிய செய்யுள் ஒன்று நற்றிணை என்னும் கடைச்சங்கத் தொகை நூலில் 72 -ஆம் பாட்டாகத் தொகுக்கப்பட்டிருக்கின்றது. ஆகவே, கடைச்சங்க நூல்களில் பௌத்தப் புலவர்களின் செய்யுள்கள் தொகுக்கப்பட்டிருக்கின்றபடியினாலே, அச்சங்க காலத்துக்குப் பிறகுதான் பௌத்தமதம் தமிழ்நாடு வந்திருக்கக்கூடும் என்பது தவறாகின்றது. கடைச்சங்க காலத்திலேயே, அதாவது, கி. பி. முதலாவது, அல்லது இரண்டாவது நூற்றாண்டிலேயே பௌத்தம் தமிழ்நாட்டில் இருந்தது என்பது நன்கு விளங்குகின்றது. ஆயினும், பௌத்த மதம் தமிழ்நாட்டிற்கு முதல்முதல் எப்போது வந்தது என்னும் கேள்விக்கு இது விடையன்று.

இக்கேள்விக்கு விடை தமிழ் நூல்களில் காணக்கிடைக்கவில்லை. ஆகையால், புறச்சான்றுகளைக்கொண்டு ஆராய்வோம். நற்காலமாக, அசோக சக்கரவர்த்தி எழுதுவித்துள்ள கல்வெட்டுச் சாசனங்களில் இரண்டு நமது ஆராய்ச்சிக்குப் பெரிதும் துணைசெய்கின்றன. அசோக சக்கரவர்த்தி மௌரிய மன்னர்களுள் தலைசிறந்தவர். கி. மு. மூன்றாம் நூற்றாண்டில் (கி. மு. 273 முதல் 232 வரையில்), தமிழ் இந்தியாவைத் தவிர ஏனைய இந்தியா முழுவதையும் ஒரு குடைக்கீழ் வைத்துலகாண்ட ஒப்பற்ற மன்னர். அன்றியும், இவர், பௌத்த மதத்தை மேற்கொண்டு, இந்தியா தேசத்திலும் அதற்கப்பாற்பட்ட தேசங்களிலும் இந்தப் பௌத்த மதத்தைப் பரவச்செய்தார். இவர் இந்திய தேசத்தில் வெவ்வேறிடங்களில் எழுதுவித்துள்ள கல்வெட்டுச் சாசனங்களில் இரண்டு நமது ஆராய்ச்சிக்கு உதவிசெய்கின்றன என்று சொன்னோம். சௌராஷ்டிர தேசத்திலுள்ள கிர்னார் நகரத்துகருகில் உள்ள பாறையொன்றில் எழுதப்பட்ட அசோக சாசனத்தில் (Edict ii) கீழ்க்கண்ட பகுதி காணப்படுகின்றது:-

'காருண்யமுள்ள தேவனாம்பிரியராகிய அரசர்பெருமானுடைய (அசோகருடைய) ஆட்சிக்குட்பட்ட எல்லாவிடங்களிலும், இவ்வெல்லைக்கு அப்பாற்பட்ட சோழ, பாண்டிய, சத்தியபுத்திர, கேரளபுத்திர தேசங்களிலும், தாமிரபரணியிலும் (இலங்கை), யவன அரசனாகிய அண்டியொகஸ் ஆட்சிசெய்யும் தேசத்திலும், அதற்கப் பாற்பட்ட தேசங்களிலும் காருண்யமும் மேன்மையும் பொருந்திய அரசரால் இரண்டுவித மருத்துவ சிகிச்சைகள் ஏற்படுத்தப்பட்டன. அவை, மக்களுக்கு மருத்துவம், கால்நடைகளுக்கு மருத்துவம் என்னும் இருவகை மருத்துவ நிலையங்களாம்.'

இந்தச் சாசனத்தில், அசோக சக்கரவர்த்தி தமது நாட்டிலும், தமிழ்நாட்டிலும், ஏனைய நாடுகளிலும் மருத்துவ நிலையங்களை அமைத்தார் என்பதுமட்டும் கூறப்படுகின்றது. ஆனால், கீழ்க்கண்ட இன்னொரு சாசனத்தில், இவர் தமிழ் நாட்டில் பௌத்த மதத்தைப் பரப்பிய செய்தி காணப்படுகின்றது. பிஷாவர் நகரத்துக்கருகில் காணப்படுகின்ற இந்தச் சாசனம் (Rock Edict iii), போர்செய்து பலரைக் கொன்று அதனால் பெறும் மறவெற்றியைவிட, அறத்தைப் போதித்து அதனால் பெறும் அறவெற்றியே தமக்கு விருப்பமானது என்பதைத் தமது பிள்ளைக்கும் பேரப்பிள்ளைக்கும் அசோக மன்னர் தெரிவிக்கிற செய்தியைக் கூறுகின்றது. இவ்வாறு கூறுகின்ற இந்தச் சாசனத்தில் நமது ஆராய்ச்சிக்கு உதவிசெய்கின்ற பகுதியும் காணப்படுகின்றது. அது வருமாறு :-

தரும விஜயம் (அறவெற்றி) என்னும் வெற்றியே மாட்சி மிக்க அரசரால் (அசோக மன்னரால்) முதல்தரமான வெற்றியென்று கருதப்படுகின்றது. இந்த வெற்றி இந்த இராச்சியத்திலும், இதற்கப்பாற்பட்ட அறுநூறு யோசனைத் தூரத்திலுள்ள அண்டியொகஸ் என்னும் யவன அரசனுடைய தேசத்திலும், அதற்கும் அப்பால் டாலமி, அண்டிகொனஸ், மகஸ், அலெக்ஸாந்தர் என்னும் பெயருள்ள நான்கு அரசர்களின் தேசங்களிலும், இப்பால் தெற்கேயுள்ள சோழ, பாண்டிய,

தாம்பிரபரணி (இலங்கை) வரையிலும் இந்த (அற) வெற்றி அடிக்கடி அரசரால் கைப்பற்றப்பட்டது.

இந்தச் சாசனம் கி. மு. 258 -இல் எழுதப்பட்டது. அசோக மன்னர், தமிழ்நாட்டிலும், இலங்கையிலும் தரும விஜயத்தை - அதாவது, பௌத்த தருமத்தைப் போதித்து அதனைப் பரவச்செய்வதால் வந்த அறவெற்றியை - கைப்பற்றினார் என்னும் செய்தியை இச்சாசனம் தெரிவிக்கின்றது. இதன் திரண்ட பொருள் என்னவென்றால், அசோக சக்கரவர்த்தி தூதர்களை (பிக்ஷுக்களை) அனுப்பிப் பௌத்த தருமத்தைத் தமிழ்நாட்டிலும் இலங்கையிலும் மற்றும் பல நாடுகளிலும் பரவச்செய்தார் என்பதே. சரித்திர ஆராய்ச்சியாளர் அனைவரும் இக்கருத்தையே இச்சானப்பகுதி விளக்குவதாகக் கூறுகின்றனர்.

அசோக மன்னர் காலத்தில்தான் பௌத்தமதம் தமிழ் நாட்டிற்கு வந்தது என்பதற்கு வேறுவிதமான புறச்சான்றும் கிடைக்கின்றது. மகாவம்சம், தீபவம்சம் என்னும் பௌத்த நூல்கள் இலங்கையில் பௌத்தமதம் வந்த வரலாற்றினையும், அந்த மதத்தை இலங்கை அரசர் எவ்வாறு போற்றிப் பாதுகாத்துவந்தனர் என்னும் வரலாற்றினையும் விரிவாகக் கூறுகின்றன. இலங்கைத் தீவு தமிழ்நாட்டை யடுத்துள்ளதாகையாலும், தமிழ்நாட்டினைக் கடந்தே இலங்கைக்குச் செல்லவேண்டுமாகையாலும், இலங்கையில் பௌத்த மதம் வந்த அதே காலத்தில்தான் தமிழ்நாட்டிலும் பௌத்தமதம் வந்திருக்கவேண்டும் என்று துணியலாம். ஆகவே, தீபவம்சமும் மகாவம்சமும் என்ன கூறுகின்றன என்று பார்ப்போம். பாடலீபுரம் என்னும் நகரத்தில் அசோக சக்கரவர்த்தியின் ஆதரவில் மொக்கலபுத்த திஸ்ஸ என்னும் தேரரின் தலைமையில் மூன்றாவது பௌத்த மகாநாடு கூடியதென்றும், ஒன்பது திங்கள் வரையில் அந்த மகாநாட்டில் பௌத்தமத ஆராய்ச்சி நடைபெற்ற தென்றும், மகாநாடு முடிந்தபின்னர்ப் பௌத்த மதத்தைப் பரப்புவதற்காகப் பல பிக்குகள் பல்வேறு நாடுகளுக்கு அனுப்பப்பட்டனர் என்றும், இலங்கைக்கு அனுப்பப்பட்டவர் அசோகரது மகனாராகிய

மகிந்தர் என்பவர் என்றும், இந்த மகிந்தர் இத்திரியர், உத்தியர், சம்பலர், பத்திரசாரர், சாமனர சுமணர் என்னும் பிக்குகளைத் தம்முடன் அழைத்துக்கொண்டு இலங்கை வந்து பௌத்த மதத்தைப் பரவச்செய்தார் என்றும் இந்த நூல்கள் கூறுகின்றன. இந்த நூல்கள் கூறுகின்ற மகிந்தர் என்பவர் மகேந்திரர் ஆவர். மகேந்திரர் என்னும் பெயர் பாளி மொழியில் மகிந்தர் என்று வழங்கப்படும். இந்த மகிந்தர் அல்லது மகேந்திரர் என்பவரை இலங்கை நூல்கள் அசோகரது மகனார் என்று கூறுகின்றன. ஆனால், இந்தியாவில் உள்ள நூல்கள் இவரை அசோகரது தம்பியார் என்று கூறுகின்றன. மகனாராயினும் ஆகுக, தம்பியாராயினும் ஆகுக, இந்த மகேந்திரர் அசோகரால் அனுப்பப்பட்டவர் என்பது மட்டும் உறுதி. அன்றியும், இவருடன் இலங்கைக்கு வந்தவர்களில் ஒருவரான சாமனர சுமணர் என்பவர் அசோக மன்னரது பெண் வயிற்றுப் பேரர் என்பதும் ஈண்டுக்குறிப்பிடத்தக்கது. இந்த மகேந்திரரும் அவரைச்சேர்ந்த ஐந்து பிக்குகளும் கி. மு. 250 -இல் இலங்கைக்கு வந்ததாக ஆராய்ச்சியாளர் கூறுவர். இதனால், அசோக மன்னர் காலத்தில் மகிந்தர் அல்லது மகேந்திரர் என்பவரால் இலங்கைத்தீவில் பௌத்தமதம் பரவியது என்றும், அதே காலத்தில்தான் இலங்கையையடுத்த தமிழ் நாட்டிலும் இந்த மதம் முதல் முதல் வந்திருக்கவேண்டும் என்றும் துணியலாம்.

மகேந்திரர் தமிழ் நாட்டில் வந்து பௌத்த மதத்தைப் போதித்ததாக இலங்கை நூல்கள் கூறவில்லை. பண்டைக் காலத்தில் தமிழர் இலங்கைமேல் படையெடுத்துச்சென்று அடிக்கடி அந்நாட்டைக் கைப்பற்றி அரசாண்டு வந்தபடியாலும், அடிக்கடி தமிழருக்கும் சிங்களவரான இலங்கையருக்கும் போர் நிகழ்ந்துவந்தபடியாலும், மகேந்திரர் தமிழ் நாட்டில் பௌத்தமதத்தைப் போதித்த செய்தியை இலங்கை நூல்கள் பகைமை காரணமாகக் கூறாமல் விட்டன என்று உவின்சென்ட் ஸ்மித் என்னும் ஆசிரியர் தமது பழங்கால இந்தியா என்னும் நூலில் கூறுகின்றார். இவர் கருத்தையே ஆராய்ச்சியாளரும்

ஒப்புக்கொள்ளுகின்றனர். வட இந்தியாவிலிருந்து தென் இலங்கைக்கு வந்த மகேந்திரர் கடல் வழியாகக் கப்பலில் பிரயாணம் செய்திருக்க வேண்டும் என்றும், அவ்வாறு கடல் பிரயாணம் செய்தவர் இலங்கைக்குச் செல்லும் வழியில் உள்ளதும் அக்காலத்துப் பேர் பெற்று விளங்கியதுமான காவிரிப்பூம்-பட்டினத்தில் தங்கியிருக்கக் கூடுமென்றும், அவ்வாறு தங்கியிருந்த காலத்தில் கட்டப் பட்டவைதாம் அந்நகரத்தில் இருந்தனவாகத் தமிழ் நூல்களில் கூறப்படும் இந்திர விகாரைகளென்றும் மேல் நாட்டுக் கீழ் நாட்டு ஆராய்ச்சியாளர் ஒரு முகமாகக் கூறுகின்றனர்.

அசோக மன்னர் காலத்தில் அவரால் அனுப்பப்பட்ட மகேந்திரரால் தமிழ் நாட்டில் பௌத்த மதம் பரவியது என்பதை வற்புறுத்தும் மற்றொரு சான்றும் நமக்குக் கிடைத்திருக்கின்றது. யுவாங்-சுவாங் என்னும் சீன தேசத்துப் பௌத்த யாத்திரிகர் கி. பி. 640 - இல் தமிழ் நாட்டிற்கு வந்தபோது, பாண்டியநாட்டு மதுரைமாநகரின் கீழ்ப்புறத்தில் அசோகரது உடன் பிறந்தவராகிய மகேந்திரரால் கட்டப்பட்ட ஒரு பௌத்தப்பள்ளியும், இந்தப்பள்ளிக்குக் கிழக்கில் அசோக சக்கரவர்த்தியால் அமைக்கப்பட்ட ஒரு விகாரையும் இடிந்து சிதைந்துபோன நிலையில் காணப்பட்டனவாகத் தமது யாத்திரைக்குறிப்பில் எழுதியிருக்கின்றார். அன்றியும், காஞ்சீபுரத்திலும் அசோக மன்னர் கட்டிய ஒரு தூபி இருந்ததென்றும் அவரே குறிப்பிட்டிருக்கின்றார். ஆனால், இவர் குறிப்பிடுகின்ற பௌத்தக் கட்டிடங்களைப்பற்றித் தமிழ் நூல்கள் ஒன்றும் கூறவில்லை.

மகேந்திரர் இலங்கையில் பௌத்த மதத்தைப் போதித்தபோது, இலங்கையரசனுடைய மாமனாரான அரிட்டர் என்பவர் அந்த மதத்தை மேற்கொண்டு துறவு பூண்டு பிக்குவானார். இந்த அரிட்டர் இலங்கை முழுவதும் அந்த மதத்தைப் பரப்புவதற்கு மகேந்திரருக்கு வேண்டிய உதவி செய்தார் என்று மகாவம்சம் என்னும் நூல் கூறுகின்றது. பின்னர் மகேந்திரரும் அரிட்டரும்

சேர்ந்து பௌத்த மதத்தைத் தமிழ் நாட்டில் பரப்பியிருக்கக்கூடும். பாண்டிய நாட்டில் மதுரை ஜில்லாவில் சில குகைகள் காணப்படுகின்றன. இக்குகைகளில் பிக்குகள் படுத்துறங்குவதற்காகப் பாறையில் செதுக்கியமைக்கப்பட்ட படுக்கைகளும், அப்படுக்கையின் கீழ்ச் சில எழுத்துக்களும் காணப்படுகின்றன. இக்கற்படுக்கைகளின் அமைப்பு முதலியவை, இலங்கைத் தீவில் பௌத்தத் துறவிகள் தங்குவதற்காகப் பண்டைக் காலத்தில் அமைக்கப்பட்ட குகையிலுள்ள படுக்கைகள் முதலியவற்றின் அமைப்பை ஒத்திருக்கின்றன. பௌத்தத் துறவிகள் ஊருக்குள் வசிக்கக்கூடாதென்பது அம்மதக் கொள்கையாதலால், அவர்கள் வசிப்பதற்காக மலைப்பாறைகளில் குகைகள் அமைப்பது பண்டைக்காலத்து வழக்கம். இலங்கையிலும் பாண்டி நாட்டிலும் காணப்படும் இந்தக் குகைகளின் ஒற்றுமையமைப்பைக்கொண்டு இவை பௌத்தத் துறவிகள் தங்குவதற்கென அமைக்கப்பட்டவை என்றும், இப்பாண்டி நாட்டுக் குகைகளில் காணப்படும் எழுத்துக்களைக்கொண்டு (இவை அசோகர் காலத்துக் கல்வெட்டுச் சாசனங்களில் காணப்படும் பிராமி எழுத்தை ஒத்திருப்பதால்), இவை கி. மு. மூன்றாம் நூற்றாண்டில் அமைக்கப்பட்டிருக்க வேண்டும் என்றும் ஆராய்ச்சி வல்லவர் கூறுகின்றனர். இவ்வாறு காணப்படும் பாண்டி நாட்டுக் குகைகளில் ஒன்று அரிட்டாபட்டி என்னும் கிராமத்துக் கருகில் இருக்கின்றது. அரிட்டாபட்டி என்னும் பெயர், இலங்கையிலிருந்து வந்து தமிழ் நாட்டில் பௌத்த மதத்தைப் பரவச்செய்ய மகேந்திரருக்கு உதவியாயிருந்த அரிட்டர் என்னும் பிக்குவை நினைவூட்டுகின்றது. இந்த அரிட்டர் என்னும் பௌத்த முனிவர் இங்குள்ள குகையில் தமது சீடருடன் வாழ்ந்திருக்கக் கூடும் என்றும், ஆனதுபற்றியே இக்குகைக்கருகில் உள்ள சிற்றூர் அரிட்டாபட்டி என்று வழங்கலாயிற்று என்றும் கூறுவர். மகாவம்சம் என்னும் நூல் மகா அரிட்டர் என்பவர் மகிந்தருடன் சேர்ந்து வெளியிடங்களுக்கு - அதாவது தமிழ்நாட்டிற்கு - சென்று பௌத்த மதத்தைப் பரப்பினார் என்று சொல்வதைப்

பாண்டி நாட்டில் உள்ள அரிட்டாபட்டி என்னும் பெயரும் அங்குள்ள குகைகளும் வலியுறுத்துகின்றன.

மேலே எடுத்துக்காட்டிய சான்றுகளினாலே, யாம் முதலில் கேட்ட கேள்விகளுக்கு விடை கிடைக்கப்பெற்றோம். அதாவது, தமிழ் நாட்டில் பௌத்த மதம் எந்தக் காலத்தில் வந்தது? இந்த மதத்தைக் கொண்டுவந்து இங்குப் புகுத்தியவர் யாவர்? என்னும் வினாக்களுக்கு, கி. மு. மூன்றாம் நூற்றாண்டில் இந்த மதம் தமிழ் நாட்டில் வந்ததென்றும், இதனை இங்குக் கொண்டுவந்து புகுத்தியவர் அசோக மன்னரும் அவரது உறவினராகிய மகேந்திரரும் மற்றும் அவரைச் சேர்ந்த பிக்குகளுமாவர் என்றும் விடை கண்டோம்.

அதிகாரம் 2. பௌத்தம் தமிழ் நாட்டில் வளர்ச்சிபெற்ற வரலாறு.

பௌத்தமதம் வடநாட்டினின்று, தென்னாட்டிற்கு எந்தக்காலத்தில் வந்ததென்பதை முன் அதிகாரத்தில் ஆராய்ந்தோம். இந்த மதம் தமிழ் நாட்டில் எவ்வாறு பரவியது என்பதனை ஈண்டு ஆராய்வோம்.

இந்த மதம் உலகமெங்கும் பரவுவதற்குக் காரணமாயிருந்தது சங்கம். 'சங்கம்' என்றால் பௌத்த பிக்ஷுக்களின் கூட்டம். பௌத்த மதத்தில் 'மும்மணி' என்று சொல்லப்படும் புத்த, தன்ம, சங்கம் என்னும் மூன்றனுள் இம்மதத்தின் உயிர்நிலையாயிருந்தது சங்கமே. சங்கத்தின் அங்கத்தினரான தேரர்கள் நாடெங்குஞ் சென்று பௌத்த தர்மத்தை (கொள்கையை)ப் பரவச் செய்தபடியால், இந்த மதம் அந்தந்த நாட்டுமக்களால் மேற்கொள்ளப்பட்டு மேலோங்கி நின்றது.

புத்தர் நிர்வாணம் அடைந்த பிறகு, அவரைப் பின் பற்றியொழுகிய பிக்ஷுக்கள் பற்பல நாடுகளிலும் சென்று இம்மதக்கொள்கையைப் பரவச்செய்தது போலவே, தமிழ் நாட்டிலும் வந்து, நகரம் கிராமம் என்னும் வேறுபாடின்றி எல்லாவிடங்களிலும் தமது மதக்கொள்கையைப் போதிப்பதையே தமது வாழ் நாட்களின் குறிக்கோளாகக் கொண்டிருந்தார்கள். தமிழ் நாட்டில் ஆங்காங்கிருந்த அரசர், வணிகர், செல்வந்தர் முதலானவர்களின் பொருளுதவி பெற்று விகாரைகளையும், பள்ளிகளையும், சேதியங்களையும், ஆராமங்களையும் ஆங்காங்கே நிறுவினார்கள். மடங்களில் வாழும் பௌத்தத் துறவிகள் மருத்துவம் பயின்று, தம்மிடம் வரும் பிணியாளருக்கு இலவசமாக மருந்து கொடுத்துத் தொண்டு செய்துவந்தார்கள். அன்றியும், தமது பள்ளிகளில்

பாடசாலைகளை அமைத்துச் சிறுவர்களுக்குக் கல்வியையுங் கற்பித்துவந்தார்கள். பௌத்தருக்குரிய நன்னாட்களில் நாட்டு மக்களைத் தமது பள்ளிக்கு அழைத்து, மணல் பரப்பிய முற்றங்களில் அமரச்செய்து, திரிபிடகம், புத்தஜாதகக் கதைகள், புத்தசரித்திரம் முதலான நூல்களை ஓதிப் பொருள் சொல்லியும் மக்களுக்கு மதபோதனை செய்துவந்தனர். மற்றும், குருடர், செவிடர், முடவர் முதலான வருக்கும், ஏழைகளுக்கும் உணவு கொடுத்துதவ அறச்சாலைகளை அரசர் செல்வந்தர் முதலானோர் உதவிபெற்று நிறுவினார்கள். இவ்வாறு நாட்டுமக்களுக்கு நலம் புரிந்துகொண்டே பௌத்தமதத்தின் கொள்கைகளையும் போதித்துவந்தபடியால், இந்த மதம் தமிழ் நாட்டிலும் நன்கு பரவி வளர்ந்தது.

இவையன்றியும், இந்த மதம் மேல்சாதி கீழ்சாதி என்று பிறப்பினால் உயர்வு தாழ்வு பாராட்டாதபடியினாலும், எக்குடியிற் பிறந்தோராயினும், அன்னவர் கல்வி அறிவுகளிற் சிறந்தோராய்த் தம் மதக்கொள்கைப்படி ஒழுகுவாராயின், அவரையுந் தங்குருவாகக் கொள்ளும் விரிந்த மனப்பான்மை கொண்டிருந்தபடியினாலும், அக்காலத்தில் சாதிப்பாகுபாடற்றிருந்த தமிழர் இந்த மதத்தை மேற்கொண்டனர் என்றும் தோன்றுகின்றது. இச்செய்திகளெலாம் தமிழ் நூல்களிலும் பிற நூல்களிலும் ஆங்காங்கே காணப்படும் குறிப்புகளைக்கொண்டு அறியலாம். பௌத்தமதம் தமிழ் நாட்டில் செல்வாக்குப் பெற்றிருந்த செய்தி, சிலப்பதிகாரம், மணிமேகலை, தேவாரம், நாலாயிரப்பிரப்பந்தம், பெரியபுராணம், நீலகேசி முதலிய நூல்களினால் அறியக்கிடக்கின்றது.

அதிகாரம் 3. பௌத்தமதம் மறைந்த வரலாறு.

பௌத்தமதம் தமிழ் நாட்டில் வந்த வரலாற்றினையும், அது பரவி வளர்ச்சியடைந்த வரலாற்றினையும், மேலே இரண்டு அதிகாரங்களில் ஆராய்ந்தோம். செல்வாக்குப் பெற்றுச் சிறப்படைந்திருந்த அந்த மதம் பிற்காலத்தில் எவ்வாறு மறைந்துவிட்டது என்பதை இங்கு ஆராய்வோம்.

பௌத்தம் தமிழ்நாடு வந்த காலத்தில் வேறு வடநாட்டு மதங்களும் இங்கு வந்து சேர்ந்தன. அவை ஆருகதம் எனப்படும் ஜைன மதமும், பிராமண மதம் எனப்படும் வைதீக மதமும், பூரணன் என்பவரை வழிப்பட்டொழுகும் ஆசீவக மதமும் என்பன. (ஆசீவக மதத்தைப்பற்றி இரண்டாம் தொடர்புரையில் காண்க.) இந்த மதங்கள் வட நாட்டில் தோன்றியவை. பௌத்த மதத்தை உண்டாக்கிய சாக்கிய புத்தரும், ஜைன மதத்தையுண்டாக்கிய வர்த்தமான மகாவீரரும், ஆசீவக மதத்தையுண்டாக்கிய கோசால மற்கலிபுத்திரரும் ஒரே காலத்தில் உயிர்வாழ்ந்திருந்தவராவர். இந்த மதங்கள் உண்டான காலத்திலே வைதீக மதமும் இருந்தது. இந்த நான்கு வடநாட்டு மதங்களும் கி. மு. மூன்றாம் நூற்றாண்டிலே தமிழ் நாட்டிற்கு வந்தன. பௌத்தமதம் அசோக சக்கரவர்த்தி காலத்தில் தமிழ் நாட்டில் பரவச்செய்யப்பட்டது என்று அறிந்தோம். ஜைனமதம், அசோக சக்கரவர்த்தியின் பாட்டனான சந்திரகுப்த அரசன் காலத்தில் தென்னாடு வந்ததாகச் சான்றுகள் உள்ளன. சற்றேறத்தாழ இதே காலத்தில்தான் வைதீக பிராமண மதமும், ஆசீவக மதமும் தமிழ்நாட்டிற்கு வந்திருக்கவேண்டும். அக்காலத்தில், வடநாட்டு மதங்களினின்று வேறுபட்டதும் தனிப்பட்டதுமான ஒரு மதத்தைத் தமிழர் மேற்கொண்டிருந்தனர். வடநாட்டு மதங்களின் தொடர்பற்ற புராதன மதமாக இருந்தது அக்காலத்துத் தமிழர் மதம்.

வட நாட்டினின்று தென்னாடு போந்த மேற்கூறிய நான்கு மதங்களும் ஒன்றுக்கொன்று முரண்பட்ட கொள்கையுடையவை; ஒன்றோடென்று பெரும்பகை கொண்டவை. இந்த மதங்கள் செற்றங்கொண்டு ஒன்றையொன்று அழித்தொழிக்க அற்றம் பார்த்திருந்தன. அமைதியாக வாழத்தெரியாமல், ஒன்றையொன்று இழித்துப் பழித்துப்பேசி வந்தன. அமைதியாக இருந்த தமிழ் நாட்டில் இந்த வடநாட்டு மதங்கள் வந்து சமயப்பூசல்களைக் கிளப்பிவிட்டன. தமிழ் நாட்டுப் பெருங்குடிமக்களைத் தத்தம் மதத்தில் சேர்த்து, தத்தம் மதத்திற்குச் செல்வாக்கும் சிறப்பும் தேடிக்கொள்ள இந்த மதங்கள் முயற்சி செய்தன. பொது மக்களின் அன்பையும் ஆதரவையும் பெறவும், அரசர்களையும் செல்வந்தர்களையும் வசப்படுத்திச் செல்வாக்கடையவும் இவை முயன்றன. தமிழர் கொண்டாடும் திருவிழாக்களையும் பண்டிகைகளையும் தக்க அமயமாகக் கொண்டு இந்த வட நாட்டு மதங்கள் தத்தம் கொள்கைகளைத் தமிழ்மக்களுக்குப் போதித்துவந்ததாகத் தெரிகின்றது. இவ்விதச் சமயப் போட்டியில் செற்றமும் கலகமும் ஏற்பட்டன. இந்தக் கலகங்களை அடக்க அரசன் தலையிடவேண்டியதும் ஆயிற்று.,

' ஒட்டிய சமயத் துறுபொருள் வாதிகள்
பட்டி மண்டபத்துப் பாங்கறிந் தேறுமின் ;
பற்றா மாக்கள் தம்முட னாயினும்,
சற்றமுங் கலாமுஞ் செய்யா தகலுமின் '

என்று அரசன் திருவிழாக் காலங்களில் பறையறைவித்தான் என்பதை மணிமேகலை என்னும் காவியத்தினால் அறிகின்றோம். என்றாலும், சமயப்போர் நின்றபாடில்லை.

தமிழ் நாட்டில், செல்வாக்குப் பெறுவதற்காகப் போட்டியிட்ட நான்கு வடநாட்டுச் சமயங்களில் முதல்முதல் வெற்றிபெற்றுச் செல்வாக்கடைந்தது பௌத்தமதம். இந்தச் சமயம் செல்வாக்கடைந்த காரணத்தை இரண்டாம் அதிகாரத்தில் கூறினோம். இச்சமயப் போட்டியில் முற்றும்

பின்னடைந்துவிட்டது ஆசீவகமதம். ஆகவே, பௌத்தம், ஜைனம், வைதீகம் என்னும் மூன்று மதங்களுக்கு மட்டுந்தான் பிற்காலத்தில் சமயப்போர் நிகழ்ந்துவந்தது. பௌத்த மதம் முதன்முதல் செல்வாக்கும் சிறப்பும் பெற்றுத் தமிழ்நாட்டில் விளங்கியது என்று கூறினோம். ஆனால், இதன் செல்வாக்கைக் கண்டு ஜைனமதமும் வைதீக சமயமும் பின்னடந்துவிடவில்லை; இவை வாளா இராமல், பௌத்தத்தை எதிர்த்துத் தாக்கிய வண்ணமாய், அதன் வீழ்ச்சிக்கு வழி கோலிக்கொண்டேயிருந்தன. தனது நிலையைக் காத்துக் கொள்ளப் பௌத்தம் இந்த இரண்டு பிறவிப்பகையுடன் போராட வேண்டியிருந்தது. கடைசியாக, நாளடைவில், பௌத்த மதத்தின் வீழ்ச்சிக்கு வழியும் ஏற்பட்டுவிட்டது. ஜைனம், வைதீகம் என்னும் புறப்பகை ஒருபுறமிருக்க, அகப்பகையும் தோன்றிவிட்டது. பௌத்தத்திற்குள்ளேயே சில பிரிவும் உண்டாயின. ஈனயானம், மகாயானம் என்னும் இரண்டு பிரிவுகள் தோன்றி அவற்றினின்றும் சில பிரிவுகள் கிளைத்து வளர்ந்தன. சிராவகயானம், மகாயானம், மந்திரயானம் என்னும் மூன்று பிரிவுகளை நீலகேசியுரையினால் அறிகின்றோம். 'ஐயுறுமமணரும், அறுவகைத்தேரரும்' என்று ஆறுவகைப்பிரிவினரான தேரர்கள் (தேரர்=பௌத்தர்) இருந்ததாகத் திருஞான சம்பந்தர் தமது தேவாரத்தில் கூறுகின்றார். இந்தப் பௌத்த உட்பிரிவினர் தமக்குள்ளேயே தர்க்கம் செய்து போரிட்டுக்கொண்டனர். இந்த உட்பிரிவுகளால் அந்த மதத்தின் வலிமை குன்றிவிட்டது. உடம்பில் தோன்றிய நோய் நாளடைவில் உடலையே அழித்துவிடுவதுபோல, இந்த உட்பிரிவுகளே பௌத்த மதத்தின் வீழ்ச்சிக்கு முதற்காரணமாயிருந்தன. அன்றியும், பொதுமக்களாலும் அரசர்களாலும் செல்வந்தர்களாலும் அளிக்கப்பட்ட செல்வத்தினால், தமது பள்ளிகளில் பௌத்த பிக்ஷுக்கள் தங்கள் கடமையை மறந்து, செல்வத்தின் இன்பங்களைத் துய்க்கத் தொடங்கிவிட்டார்கள். ஆகவே, இவர்களிடத்தில் பொது மக்களிடமிருந்த மதிப்புக் குன்றவும், பௌத்தம் தன் செல்வாக்கினை இழக்க நேரிட்டது. இவைபோன்ற குற்றங்

குறைகளும் உட்பிரிவுகளும் ஏற்படாமலிருந்தால், பௌத்த மதம் தனது புறப்பகை மதங்களுடன் போரிட்டுக்கொண்டே இன்றளவும் ஓரளவு நிலைபெற்றிருப்பினும் இருக்கும். ஆயினும், குறை பாடுகளும் உட்பிரிவுகளும் ஏற்பட்டுவிட்டபடியால், அது புறப்பகையாகிய ஜைன வைதீக மதங்களுடன் போராட முடியாமல் வீழ்ச்சியடைந்துவிட்டது.

கி. பி. நாலாவது, அல்லது ஐந்தாவது நூற்றாண்டிற்குப் பின்னர், பௌத்தத்தின் சிறப்புக் குன்றவும், ஜைன மதம் தலையெடுத்துச் செல்வாக்குப் பெறத் தொடங்கிற்று. ஆனால், அப்பொழுதும் வைதீக மதம் உயர்நிலை அடைய முடியாமலே இருந்தது, பௌத்த மத வீழ்ச்சிக்குப் பிறகு, ஜைன மதம் செல்வாக்குப் பெற்றது. பெற்றதும், தனது கொள்கைக்கும் வளர்ச்சிக்கும் பெருந்தடையாயிருந்த பௌத்தத்தை முன்னைவிடக் கடுமையாகத் தாக்கி, அதை நிலைகுலையச் செய்துவிட்டது. பௌத்தக் கோயில்கள் ஜைனக்கோயில்களாக மாற்றப்பட்டன. அகளங்கர் என்னும் ஜைனர், காஞ்சீபுரத்தில் உள்ள காமக்கோட்டத்தில், பௌத்தருடன் சமயவாதம் செய்து அவரைத் தோற்பித்துச் சிங்கள நாட்டிற்குத் துரத்திவிட்டார் என்னும் செய்தி பலர் அறிந்ததொன்றே. ஆனால், பௌத்தத்தை வீழ்ச்சியடையச்செய்து ஜைனம் வெற்றிக்கொடி நாட்டியபோதிலும், பௌத்தம் முழுவதும் அழிந்துவிடவில்லை. வலிமை யிழந்த நிலையில் அந்த மதம் தமிழ் நாட்டில் ஓரளவில் ஊடாடிக்கொண்டிருந்தது.

இவ்வாறு மூன்று அல்லது நான்கு நூற்றாண்டுகள் சென்றன. பிறகு, இதுகாறும் பின்னணியில் இருந்த வைதீக மதம் மெல்ல மெல்ல வலிமை பெறத்தொடங்கி, ஜைனமதத்தை வீழ்த்தி, உன்னத நிலையடையத் தொடங்கிற்று. இக்காலத்தில்தான் பௌத்த மதம் அடியோடு வீழ்ச்சியடைந்து முற்றும் மறைந்துவிட்டது.

வைதீக பிராமண மதம் யாகத்தில் உயிர்க்கொலை செய்யும்

வழக்கத்தைக் கொண்டிருந்தபடியாலும், நால்வகைச் சாதிப்பாகுபாடுடையதாய்ப் பிராமணர்மட்டும் உயர்ந்தவர் என்னும் கொள்கையுடையதாயிருந்தபடியாலும், இவற்றிற்கு மேலாக, பிராமணர் தவிர மற்றவர்கள் வேதத்தைப் படிக்கக்கூடாது என்று தடுத்துவந்தபடியாலும், இவ்விதக் குறுகிய கோட்பாட்டினையுடைய வைதீக மதத்தில் மக்களுக்கு மனம் செல்லவில்லை. ஆகவே, கி. மு. மூன்றாம் நூற்றாண்டில், தமிழ்நாடு வந்த வைதீக பிராமண மதம், கி. பி. நான்காம், அல்லது ஐந்தாம் நூற்றாண்டு வரையில், பொதுமக்களின் செல்வாக்குப் பெறாமல் ஒதுக்கப்பட்டே வந்தது. கி. பி. நாலாவது, அல்லது ஐந்தாவது நூற்றாண்டுக்குப் பின்னர், வைதீக மதம் தனது அடிப்படையான கொள்கைகள் சிலவற்றில் மாறுதல் செய்துகொண்டு புத்துயிர் பெற்றது. அதாவது, யாகங்களில் உயிர்க்கொலை செய்வதை நிறுத்திக்கொண்டதோடு, கொற்றவை, முருகன், சிவன், திருமால் முதலான திராவிட தெய்வங்களைத் தன் மதக்கடவுளராக ஏற்றுக்கொண்டு புதிய உருவம் பெற்று விட்டது. இந்த மாறுதலுடன், 'பக்தி' இயக்கத்தை மேற்கொண்டபடியால், இந்த மதம் பொதுமக்கள் ஆதரவைப்பெறவும், பண்டைப் பகையுள்ள ஜைன பௌத்த மதங்களைக் கடுமையாகத் தாக்கித் தோற்பிக்கவும் முடிந்தது. சம்பந்தர், மணிவாசகர், திருமங்கையாழ்வார், பேயாழ்வார் போன்ற சைவ வைணவத் தொண்டர்கள் தோன்றிப் புதிய இந்து மதத்தை நிலைநாட்டவும், ஜைன பௌத்த மதங்களை ஒழிக்கவும் தலைப்பட்டார்கள். கி. பி. ஏழாம் நூற்றாண்டில், இந்தப் புதிய வைதீக இந்து மதம் ஜைன பௌத்த மதங்களுடன் போர் தொடங்கி வெற்றி பெற்றது. இந்து மதத்தின் வெற்றிக்குக் காரணம் யாதெனின், அக்காலத்தில் இந்து மதம் பிரிவினையின்றி ஒரே மதமாக இருந்ததேயாம். திருமால், சிவன் என்னும் இருதேவர் அதில் இருந்தபோதிலும், வைணவமதம் என்றும் சைவமதம் என்றும் பிற்காலத்துப் பிரிந்து நின்றதுபோல, அக்காலத்தில் இந்துமதம் பிரிக்கப்படவில்லை. புதிய வைதீக மதம் ஜைன பௌத்த மதங்களுடன் போராடிய

காலத்தில், வைணவம் சைவம் என்றும், வடகலை தென்கலை என்றும், வீரசைவம் சித்தாந்த சைவம் என்றும், ஸ்மார்த்த மதம் என்றும் பல பகுதிகளாகப் பிரிக்கப்படவில்லை. ஆகவே, ஒற்றுமையுடன் போரிட்ட படியால், ஜைன பௌத்த மதங்களை அது வீழ்ச்சியடையச் செய்துவிட்டது; தமிழ் நாட்டில் ஜைன மதம் என்றும் தலைதூக்க முடியாதபடியும், ஏற்கனவே ஜைன மதத்தால் வலிமை குன்றியிருந்த பௌத்த மதம் அடியோடு ஒழியும் படியும் இதனால் நேர்ந்தது. சாத்தமங்கை முதலிய இடங்களில் சம்பந்தர் பௌத்தருடன் வாதப்போர் செய்து அவர்களைத் தோற்பித்துச் சைவராக்கிய வரலாறும், மாணிக்க வாசகர் சிதம்பரத்தில் பௌத்தருடன் வாதம் செய்து அவரை இலங்கைக்குத் துரத்திய வரலாறும், திருமங்கை யாழ்வார் நாகைப்பட்டினத்துப் பௌத்த ஆலயத்திலிருந்து பொன்னால் அமைந்த புத்தச்சிலையைக் கவர்ந்து சென்று அந்தப் பொன்னைக்கொண்டு திருவரங்கத்தில் திருப்பணி செய்த வரலாறும் பௌத்த மதத்தின் வீழ்ச்சியைக் காட்டுகின்றன.

கலிகால சாகித்ய பண்டித பராக்கிரம பாகு என்னும் இலங்கை மன்னன், கி. பி. 1266 -இல் சோளி (சோழ) தேசத்திலிருந்து பௌத்த பிக்ஷுக்களை இலங்கைக்கு வர வழைத்துப் பௌத்த மதத்தை வலியுறச்செய்தான் என்று இலங்கைச் சரித்திரத்தினால் அறியப்படுகின்றதாகலின், கி. பி. பதின்மூன்றாம் நூற்றாண்டிலும் தமிழ் நாட்டில் சோழ தேசத்தில் பௌத்த மதம் நிலைபெற்றிருந்தது என்று துணியலாம். கி. பி. பதினான்காம் நூற்றாண்டு வரையில் தமிழ் நாட்டின் சிற்சில இடங்களில் பௌத்தரும் பௌத்தப்பள்ளிகளும் இருந்துவந்தன. பின்னர், நாளடைவில், பௌத்தம் தமிழ் நாட்டில் மறைந்துவிட்டது; மறக்கவும்பட்டது. ஆனால், அதன் பெரிய கொள்கைகள் மட்டும் பல இன்னும் இந்துமதத்தில் போற்றப்பட்டு வருகின்றன.

அதிகாரம் 4. பௌத்த திருப்பதிகள்

தமிழ்நாட்டிலே பண்டைக்காலத்திலே பௌத்த மதம் சிறப்பும் செல்வாக்கும் பெற்றிருந்தது என்பதை அறிந்தோம். பொதுவாகத் தமிழ்நாட்டில் சிறப்புப் பெற்றிருந்ததென்றாலும், சிறப்பாக எந்தெந்த நகரங்களிலும் ஊர்களிலும் செல்வாக்குற்றிருந்தது என்பதை ஈண்டு ஆராய்வோம். முதலில் சோழநாட்டில் இருந்த பௌத்த திருப்பதிகளைக் கூறுவோம்.

காவிரிப்பூம்பட்டினம்

சோழநாட்டில் பேர்பெற்ற துறைமுகப் பட்டினமும் சோழர்களின் தலைநகரங்களில் ஒன்றுமான காவிரிப்பூம்பட்டினம் பண்டைக் காலமுதல் பௌத்தர்களின் செல்வாக்குப் பெற்றிருந்தது. காவிரியாறு கடலில் கலக்கும் இடத்தில் அவ்யாற்றின் வடகரையில் அமைந்திருந்த இந்தத் துறைமுகப்பட்டினம் புகார் என்றும் பெயர் பெற்றிருந்தது. பாளிமொழியில் உள்ள பௌத்த நூல்களில் இப்பட்டினம் 'கவீரபட்டினம்' என்று கூறப்பட்டுள்ளது. மிகப்பழைமையானதென்று கருதப்படுகின்ற புத்த ஜாதகக் கதைகள் ஒன்றில் இந்த நகரம் டமிள (தமிழ்) தேசத்தில் உள்ளதென்றும், அகத்தி, அல்லது அகித்தி என்னும் முனிவர் தமது பெருஞ் செல்வத்தைத் தானஞ் செய்துவிட்டுத் துறவு பூண்டு காவிரிப்பூம்பட்டினத்தின் அருகில் இருந்த ஒரு வனத்தில் தங்கித் தவம் செய்தாரென்றும், அப்பெரியாரைக் கண்டு வணங்கப் பெருந்திரளான மக்கள் அங்குச் சென்று வந்ததால், அவரது தவத்துக்கு இடையூறாயிருந்ததுபற்றி அவர் அவ்விடத்தை விட்டு யாழ்ப்பாணத்துக்கருகில் உள்ள காரைத்தீவிற்குச் சென்று தவம் புரிந்தாரென்றும் கூறப்பட்டிருக்கின்றது. இந்த அகத்தி, அல்லது அகித்தி என்பவர்

பௌத்த முனிவர்களில் ஒருவர்.

கி. மு. மூன்றாம் நூற்றாண்டில், அசோக சக்கரவர்த்தியின் உறவினரான மகிந்தர், அல்லது மகேந்திரர் என்பவர் இலங்கைக்குச் சென்று அங்குப் பௌத்த மதத்தைப் பரப்புவதற்கு முன், சோழ நாட்டுக் காவிரிப்பூம்பட்டினத்தில் தங்கி, அங்கு ஏழு புத்த விகாரைகளைக் கட்டினாரென்றும், மணிமேகலை சிலப்பதிகார நூல்களில் கூறப்படுகின்ற இந்திர விகாரை என்பவை இவர் கட்டியவைகளே யென்றும், மகேந்திரர் கட்டிய அந்த விகாரைகளை இந்திரன் கட்டியதாக அந்த நூல்களில் கூறப்பட்டுள்ளதென்றும் சரித்திர ஆராய்ச்சியிற் சிறந்த அறிஞர்கள் கருதுகின்றார்கள். கி. பி. இரண்டாம் நூற்றாண்டில் இந்த விகாரைகளின் தலைவராக அறவண அடிகள் என்னும் தேரர் இருந்தார் எனத் தெரிகின்றது. இந்த ஏழு இந்திர விகாரைகளையன்றி, 'உவவனம்' என்னும் பூஞ்சோலையின் நடுவில், பளிங்கினால் அமைக்கப்பட்ட சிறு கோயில் ஒன்றில் புத்தரது பாதபீடிகை இருந்தது. இந்தப் பாத பீடிகையை அப்பட்டினத்தில் இருந்த பௌத்தர்கள் வணங்கிவந்தார்கள். அன்றியும், இப்பட்டினத்தின் முதுகாட்டினை அடுத்துச் 'சுடுகாட்டுக் கோட்டம்' என்று ஏனைய மதத்தோரால் கூறப்பட்டதும், 'சக்கரவாளக் கோட்டம்' என்று பௌத்தரால் போற்றப்பட்டதுமான ஒரு கோட்டம் இருந்தது. இக்கோட்டத்தினுள் 'சம்பாபதி' என்னும் பௌத்த தெய்வம் கோயில் கொண்டிருந்தென்பதையும், அக்கோயிலின் தூணொன்றில் கந்திற்பாவை என்னும் தெய்வ உருவம் அமைந்திருந்ததென்பதையும், 'சக்கரவாளம்' என்னும் பௌத்தரது அண்டகோளத்தின் உருவம் இக்கோட்டத்தின் வாயிலில் அமைக்கப்பட்டிருந்ததென்பதையும் மணிமேகலை என்னும் நூலினால் அறிகின்றோம். சம்பாபதி கோயிலுக்குக் 'குச்சரக் குடிகை' என்றும், 'முதியாள் கோட்டம்' என்றும் வேறு பெயர்கள் வழங்கப்பட்டன.

கி. பி. இரண்டாம் நூற்றாண்டில் சோழ நாட்டினை அரசாண்ட

கிள்ளிவளவன் என்னும் அரசன், பௌத்த மதத்தைச் சேர்ந்து துறவுபூண்ட மணிமேகலையின் வேண்டுகோளின்படி, சிறைச்சாலையை அறச்சாலையாக்கிக்கொள்ளும் படி அதனைப் பௌத்தர்களுக்குக் கொடுத்தான் என்றும், அச்சிறைச்சாலைக் கட்டிடத்தைப் பௌத்தர்கள் அறச்சாலையாகவும் பௌத்தப் பள்ளியாகவும் அமைத்துகொண்டனர் என்றும் மணிமேகலை நூலினால் அறிகின்றோம்.

'இரசவாகினி' என்னும் பாளிமொழியில் உள்ள பௌத்த நூலில், சோழ அரசன் ஒருவன் காவிரிப்பூம்பட்டினத்தில் சிவபெருமானுக்குக் கோயில் ஒன்று நிறுவினான் என்றும், அக்கோயிற்பணி நடைபெறும்போது சில பௌத்தத் துறவிகள் வந்து சில அதிசயங்களைச் செய்து அரசனுக்குக் காட்டி, அச்சிவன் கோயிலைப் பௌத்தக் கோயிலாக்கினார்கள் என்றும் கூறப்பட்டிருக்கின்றது.

கி. பி. நாலாம் நூற்றாண்டில் அச்சுதவிக்கந்தன் என்னும் களபர அரசனால் ஆதரிக்கப்பட்டவரும், தமிழ் நாட்டுப் பௌத்தப் பெரியார்களில் பேர் பெற்றவருமான புத்ததத்த தேரர் என்னும் பௌத்த ஆசாரியர் காவிரிப்பூம்பட்டினத்தில் இருந்த ஒரு பௌத்தப் பள்ளியில் சிலகாலம் தங்கியிருந்ததாகத் தமது நூல்களில் குறிப்பிட்டுள்ளார்.

பூதமங்கலம்

இதுவும் சோழநாட்டில் இருந்த பௌத்த ஊர்களில் ஒன்று. இவ்வூரில், பிண்டிதாசர் என்றும், வேணுதாசர் என்றும் பெயருள்ள ஒருவரால் அமைக்கப்பட்ட பௌத்தப் பள்ளி ஒன்றிருந்ததென்றும், அப்பள்ளியில் சில காலம் தங்கியிருந்தபோது ஆசாரியர் புத்ததத்த தேரர் 'வினய வினிச்சயம்' என்னும் பாளி மொழி நூலை இயற்றினார் என்றும் தெரிகின்றது.

போதிமங்கை

இதுவும் சோழநாட்டில் இருந்தது. 'சாக்கியர்தம் போதிமங்கை' என்று இதனைப் பெரிய புராணம் கூறுகின்றது. (சாக்கியர்=பௌத்தர்.) இப்பெயரைக்கொண்டே இது பௌத்தர்களுக்குரியது என்பதை நன்கறியலாம். இவ்வூரில் புத்தநந்தி, சாரிபுத்தர் முதலான பௌத்த தேரர்கள் இருந்தனர் என்றும், இவர்களுடன் திருஞான சம்பந்தர் (கி. பி. ஏழாம் நூற்றாண்டு) வாதம் செய்தார் என்றும் பெரிய புராணம் கூறுகின்றது. இப் போதிமங்கையும் மேற்கூறிய பூதமங்கலமும் ஒரே ஊராக இருக்கக்கூடும் என்று கருதுவோரும் உண்டு. ஆனால், அவர்கள் அதற்கு ஆதாரம் ஒன்றும் காட்டவில்லை.

பொன்பற்றி

இதுவும் சோழ நாட்டில் உள்ளது. இது மாலைக் கூற்றத்தைச் சேர்ந்தது. தஞ்சை ஜில்லாப் புதுக் கோட்டைத் தாலூக்காவில் உள்ளது இந்த ஊர் என்றும், தஞ்சை ஜில்லா அறந்தாங்கி தாலூக்காவில் உள்ள 'பொன் பேத்தி' என்னும் ஊரே பொன்பற்றி என்பது என்றும் கூறுவர். இவ்வூரில் வீரசோழிய ஆசிரியரான புத்தமித்திரனார் வாழ்ந்திருந்தார்.

நாகைப்பட்டினம்

இது சோழ நாட்டைச் சேர்ந்த துறைமுகப்பட்டினம். இது தொன்றுதொட்டு பௌத்தர்களின் புண்ணிய நகரமாக இருந்துவந்தது.

' உற்றவர்க் குறுப்பறுத் தெரியின்க ணுய்த்தலை யன்ன
தீமை செய்வோர்க்கு மொத்த மனத்ததாய்,
நற்றவர்க் கிடமாகின்றது நாகையே '

என்று பௌத்தர்கள் இந்நகரைப் புகழ்ந்து கூறுவர்.

கி. பி. 720 -ஆம் ஆண்டில், நரசிம்ம போத்தவர்மன் என்னும்

பல்லவ மன்னன் காலத்தில், இந்தப் பட்டினத்தில் ஒரு பௌத்தக் கோயில் கட்டப்பட்டது. வர்த்தகத்தின் பொருட்டுச் சீன நாட்டிலிருந்து நாகைக்கு வரும் பௌத்தர்களுக்காகச் சீன அரசன் விருப்பப்படி அது கட்டப்பட்டது. பிற்காலத்தில் இக்கோயிலைச் 'சீனா கோயில்' என்று வழங்கியதாகத் தெரிகின்றது. வெனிஸ் தேசத்திலிருந்து சீனாவுக்கு யாத்திரை சென்ற மார்க்கோ-போலோ என்பவர் நாகைப்பட்டினத்தில் 'சீனா கோயில்' என்னும் பெயருள்ள ஒரு கோயில் இருந்ததாகக் குறிப்பிடுகின்றார்.

கி. பி. எட்டாம், அல்லது ஒன்பதாம் நூற்றாண்டில் இருந்த திருமங்கையாழ்வார் நாகைப்பட்டினத்துப் பௌத்த விகாரையொன்றில், முழுதும் பொன்னால் அமைக்கப்பட்டிருந்த புத்த உருவச்சிலையைக் கவர்ந்துகொண்டுபோய், அப்பொன்னைக்கொண்டு திருவரங்கத் திருப்பதியில் திருமதில் எடுப்பித்தல் முதலான திருத்தொண்டுகளைச் செய்தார் என்பது வைணவ நூல்களினால் தெரியவருகின்றது.

கி. பி. 985 முதல் 1014 வரையில் சோழ நாட்டை அரசாண்ட புகழ்பெற்ற இராச இராச சோழன் காலத்தில் நாகையில் 'ஸ்ரீ சைலேந்திர சூடாமணி விகாரை' என்னும் பௌத்தப்பள்ளி கட்டப்பட்டது. சுமாத்திரா தீவில் ஸ்ரீவிஜய என்னும் இராச்சியத்தையும், பர்மா தேசத்தில் கடாரம் என்னும் இராச்சியத்தையும் அரசாண்ட ஸ்ரீமாற விஜயோத்துங்க வர்மன் என்னும் அரசன் வேண்டுகோளின்படி, இந்த விகாரையை நாகைப்பட்டினத்தில் கட்டுவதற்கு இராச இராச சோழன் உத்தரவு கொடுத்தான். இந்த விகாரை ஸ்ரீமாற விஜயோத்துங்கனது தந்தையான சூடாமணிவர்மன் என்பவன் பெயரால் கட்டப்பட்டதாகலின், இதற்குச் 'சூடாமணி விகாரை' என்று பெயராயிற்று. யானைமங்கலம் முதலான ஊர்களை இவ்விகாரைக்குப் பள்ளிச்சந்தமாக இராச இராசன் அளித்தான். ஆயினும், சாசனம் எழுதுவதற்கு முன்னமே அவன்

இறந்துவிட., அவனுக்குப்பின் அரசாண்ட இராசேந்திர சோழன் செப்புப் பட்டயத்தில் சாசனம் எழுதித்தந்தான். இவன் எழுதிக் கொடுத்த சாசனங்கள் லீடன் நகரத்துப் பொருட்காட்சி சாலையில் இப்போது இருக்கின்றன. இப்பொழுது இச்சாசனங்களுக்கு 'லீடன் சாசனம்' (Leiden Grant) என்று பெயர் வழங்கப்படுகின்றது. (Arch. Sur. Of South India, Vol. IV, Epigraphica Indica, Vol. XXII.) இவை வெளியிடப்பட்டுள்ளன.

பர்மா தேசத்தில் ஹம்சவதி நாட்டை (Pegu) பதினைந்தாம் நூற்றாண்டில் அரசாண்ட ராமாபதி ராஜன் என்பவன் அனுப்பிய பதினொரு பௌத்த பிக்ஷுக்களும், சித்திர தூதன் என்னும் தூதனும் இலங்கை சென்று தங்கள் வேலையை முடித்துக்கொண்டு மீண்டும் கப்பலேறிச் செல்லும் வழியில் கப்பல் புயலில் அகப்பட்டு உடைந்துபோக, நற்காலமாக உயிர் பிழைத்துக் கரையேறினார்கள் என்றும், நாகைப்பட்டினத்தை அடைந்து அங்கிருந்த 'படரிகாராமம்' என்னும் பௌத்தப்பள்ளியில் தங்கியிருந்தார்கள் என்றும், அப்பள்ளிக்கருகில் சீன தேசத்து அரசனால் குகை வடிவமாகக் கட்டப்பட்டிருந்த பௌத்தப் பள்ளியில் புத்ததேவரை வணங்கினார்கள் என்றும் பர்மா தேசத்துக் கலியாணி நகரத்துக் கல்வெட்டுச்சாசனம் கூறுகிறது. இது நிகழ்ந்தது கி. பி. 1477 -ஆம் ஆண்டில்.

கி. பி. 1725 -ஆம் ஆண்டில், 'சீனா கோயில்' என்னும் பெயருள்ள ஒரு கோயில் நாகைப்பட்டினத்தில் இருந்ததென்று வாலென்டின் (Valentyn) என்பவர் எழுதியிருக்கின்றார்.

நாகைப்பட்டினத்துக்கு வடக்கே, ஒன்று அல்லது இரண்டு கல்தொலைவில், 'புது வெளிக் கோபுரம்' என்றும், 'சீனா கோயில்' என்றும், 'கறுப்புக் கோயில்' என்றும் பெயருள்ள ஒரு கோபுரம் இருந்ததென்றும், இக்கோபுரம் நாகைப்பட்டினத்துக்கு வருகிற கப்பல்களுக்கு ஒரு

அடையாளமாகக் கடலில் தோன்றியதென்றும், இந்தக் கோபுரம் தாம் நேரில் 1846 -ஆம் ஆண்டில் கண்டதென்றும் சர். வால்டர் எலியட் (Sir Walter Elliot) என்பவர் எழுதியிருக்கின்றார். (படம் 1 காண்க).

படம் 1.

படம் க.
நாகைப்பட்டினத்தில் இருந்த பௌத்தக்கோயில் கோபுரம்.
1846-இல் இந்த நிலையில் இருந்தது.

நாகைப்பட்டினத்தில் இருந்த பௌத்தக்கோயில் கோபுரம்.

1846-இல் இந்த நிலையில் இருந்தது.

இந்தக் கோபுரம் இருந்த இடத்தில், ஏசுவின் சபைப் பாதிரிமார் இப்போது கட்டிடம் கட்டியிருக்கிறார்கள். 1867 -இல் இந்தக் கோபுரத்தை இடித்துவிட்டுக் கட்டிடம் கட்டிக்கொள்ள அரசாங்க உத்தரவுபெற்று இதை இடித்துப் போட்டார்கள்.

இவ்விடத்தில் இருந்த மிகப்பழைய இலுப்பை மரம் ஒன்றை ஏசுவின் சபைப் பாதிரிமார் 1856 -இல் வெட்டியபோது, அம்மரத்தின் அடியில் ஒளித்து வைக்கப்பட்டிருந்த ஐந்து சிறிய பௌத்த விக்கிரகங்களைக் கண்டெடுத்தனர். இவற்றில் நான்கு உலோகத்தினால் ஆனவை; ஒன்று பீங்கானால் செய்யப்பட்டது. இவற்றில் ஒன்று புத்தர் நின்று கொண்டு உபதேசம் செய்வதுபோல் அமைக்கப்பட்டது. கவர்னராயிருந்த நேப்பியர் பிரபு (Lord Napier) நாகைக்குச் சென்றபோது, பாதிரிமார் இதை அவருக்குக் கொடுத்தார்கள். (படம் 2 காண்க).

படம் 2.

படம் ௨.
நாகையில் கணடெடுககபபட்ட புததர் வெணகலச சிலை.
அதன பீடததில, அமபுககுறி காட்டபபட்ட இடத்தில எழுத்துக்
கள் காணபபடுகினறன. (படம ௩-இல் காணக)

நாகையில் கண்டெடுக்கப்பட்ட புத்தர் வெண்கலச் சிலை. அதன் பீடத்தில், அம்புக்குறி காட்டப்பட்ட இடத்தில் எழுத்துக்கள் காணப்படுகின்றன. (படம் 3 -இல் காண்க)

இந்த விக்கிரகத்தின் பீடத்தில், பதினொன்றாம், அல்லது

பன்னிரண்டாம் நூற்றாண்டில் வழங்கிய தமிழ் எழுத்தில், 'ஸ்வஸ்திஸ்ரீ ஆகம பண்டிதர் உய்யக்கொண்ட நாயகர்' என்று எழுதப்பட்டிருக்கின்றது. (படம் 3 காண்க).

படம் 3

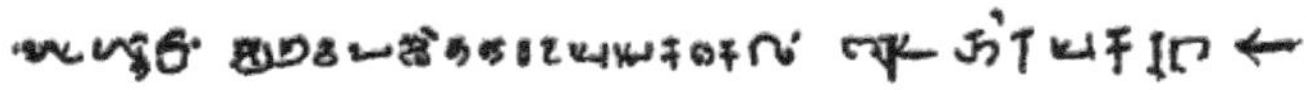

இத்தமிழ் எழுத்துக்கள் 2 -ஆவது படத்தில் உள்ள புத்தச் சிலையின் பீடத்தில் எழுதப்பட்டுள்ளன. 'ஸ்வஸ்தி ஸ்ரீ ஆகம பண்டிதர் உய்யக்கொண்ட நாயகர்' என்பது இதன் வாசகம்.

இன்னொரு விக்கிரகம் புத்தர் போதியின்கீழ் அமர்ந்து தியானத்தில் இருக்கும் பாவனையாக அமைந்துள்ளது. (படம் 4 காண்க).

படம் 4.

நாகையில் கண்டெடுக்கப்பட்ட புத்தர் வெண்கலச் சிலை. இன்னொன்று புத்தர் இரு கைகளையும் உயர்த்தி அபயம் அளிப்பதுபோல் அமைக்கப்பட்ட உருவம். (படம் 5 காண்க).

படம் 5.

நாகையில் கண்டெடுக்கப்பட்ட புத்தர் வெண்கலச் சிலை.

இன்னொன்று சீன முறைப்படி செய்யப்பட்ட புத்தர் விக்கிரகம்.

நாகைப்பட்டினத்தில் இப்பொழுதும் 'புத்தன் கோட்டம்' என்னும் பெயருள்ள அக்கிரகாரம் இருக்கிறதென்றும், பண்டைக்காலத்தில் இந்த இடத்தில் பௌத்தக் கோயில் இருந்திருக்கவேண்டுமென்றும், பௌத்தக் கோயில் அழிந்த பிறகு அந்த இடத்தில் இந்த அக்கிரகாரம் ஏற்பட்டிருக்கவேண்டுமென்றும் கூறுவர் டாக்டர் S. கிருஷ்ணசாமி அய்யங்கார் அவர்கள்.

நாகைப்பட்டினத்திலிருந்து கண்டெடுக்கப்பட்ட வேறு பௌத்த உருவச் சிலைகள் சென்னைப் பொருட்காட்சி சாலையில் உள்ளன.

புத்தகுடி

இதுவும் சோழநாட்டில் நாகைப்பட்டினத்துக்கு அருகில் இருந்த ஒரு ஊர். இவ்வூர் 'செயங்கொண்ட சோழவளநாட்டுக் குறும்பூர்' நாட்டில் இருந்ததாகக் குலோத்துங்க சோழனது செப்புப் பட்டயம் (Leiden Grant) கூறுகின்றது. இவ்வூரின் பெயரே இது பௌத்தர் குடியிருந்த ஊர் என்பதைத் தெரிவிக்கின்றது.

உறையூர்

இது சோழர்களின் தலைநகரமாக இருந்தது. இந்த ஊரை வடமொழியில் 'உரகபுரம்' என்பர். பேர் பெற்ற பௌத்த ஆசாரியரும் பௌத்த நூல்களுக்குப் பாளிமொழியில் பல உரைகளை இயற்றியவருமான புத்த தத்ததேரர் (கி. பி. நாலாம் நூற்றாண்டு) இந்த நகரத்தில் பிறந்தார். இவ்வூரில் பௌத்தர் அதிகமாக இருந்ததாகவும் தெரிகின்றது.

இனி, தொண்டை நாட்டில் சிறப்புற்றிருந்த பௌத்த ஊர்களைப்பற்றி ஆராய்வோம்.

காஞ்சீபுரம்

இந்த ஊர் தொன்றுதொட்டு சைவ, வைணவ, ஜைன, பௌத்த மதத்தவர்களுக்கு நிலைக்களமாக இருந்துவந்தது. பௌத்தர்கள் பண்டைக்காலத்தில் இங்கு அதிகமாக இருந்தனர். இந்த ஊரில், கி. மு. மூன்றாம் நூற்றாண்டில் அரசாண்ட அசோக சக்கரவர்த்தியினால் கட்டப்பட்ட ஒரு பௌத்த தூபி இருந்ததாக கி. பி. ஏழாம் நூற்றாண்டில் இந்த நகரத்திற்கு வந்த யுவாங் சுவாங் என்னும் சீனயாத்திரிகர் எழுதியிருக்கின்றார். ஆனால், அசோகர் கட்டிய தூபியைப்பற்றி மணிமேகலையில் கூறப்படவில்லை. கி. பி. இரண்டாம் நூற்றாண்டில் சோழநாட்டை அரசாண்ட கிள்ளிவளவன் என்னும் சோழன் தம்பி இளங்கிள்ளி என்பவன் காஞ்சீபுரத்தைத் தலைநகராகக்கொண்டு தொண்டைநாட்டை அரசாண்ட காலத்தில், 'பைம்பூம்போதிப் பகவற்கு' ஒரு சேதியம் அமைத்தான் என்று மணிமேகலையினால் அறிகின்றோம். இந்தச் சேதியத்தைத்தான் பிற்காலத்தவராகிய யுவாங் சுவாங் என்னும் சீனர் அசோகர் கட்டியதாகக் கூறினார் போலும். இளங்கிள்ளி அரசாண்ட கி. பி. இரண்டாம் நூற்றாண்டிலே, காஞ்சீபுரத்துக்குத் தென்மேற்குத் திசையில், 'தருமத வனம்' என்னும் ஒரு பூந்தோட்டம் இருந்ததென்றும், அதில் இளங்கிள்ளி ஒரு புத்த பீடிகையை அமைத்து விழாவும் சிறப்பும் செய்தானென்றும் மணிமேகலையினால் அறிகின்றோம்.

காவிரிப் பூம்பட்டினத்தில் பௌத்தப் பள்ளியின் தலைவராக இருந்த அறவண அடிகள் பிற்காலத்தில் காஞ்சீபுரத்தில் வந்து தங்கிப் பௌத்த மதத்தைப் போதித்து வந்தார் என்பதும் மணிமேகலையினால் பெறப்படுகின்றது. இன்றைக்கும், காஞ்சீபுரத்தில் அறப்பணஞ்சேரி என்னும் ஒரு தெரு உண்டென்றும், அது 'அறவணஞ்சேரி' என்பதன் மரூஉவென்றும், அறவண அடிகள் தங்கியிருந்த தெரு

(சேரி=தெரு) ஆதலின், அத்தெரு இப்பெயர் வாய்ந்ததென்றும் கூறுவர் வித்துவான் ராவ்பகதூர் மு. இராகவ அய்யங்கார் அவர்கள். அன்றியும், 'புத்தேரித் தெரு' என்னும் பெயருடன் ஒரு தெரு காஞ்சீபுரத்தில் இருக்கின்றதென்றும், அது 'புத்தர் தெரு' என்பதன் மரூஉவென்றும் மேற்படி அய்யங்கார் அவர்களே கூறுவர். மாதவி மகள் மணிமேகலை பௌத்த தருமங்கேட்டுத் துறவு பூண்டபின், காஞ்சீபுரத்திலே கடைநாள் வரையில் இருந்ததாக மணிமேகலை கூறுகின்றது. இப்பொழுதும் காஞ்சீபுரத்துக்கருகில் 'மணிமேகலை அம்மன்' என்னும் பெயருடன் ஒரு அம்மன் கோயில் இருக்கின்றதாகச் சொல்லப்படுகின்றது. பௌத்த பிக்குணியாகிய மணிமேகலையின் கோயிலாக இது இருக்குமோ என்பது ஆராய்ச்சி செய்யற்பாலது.

காஞ்சீபுரத்தைத் தலைநகராகக்கொண்டு அரசாண்ட பல்லவ அரசர்களுள் புத்தவர்மன் என்பவன் பௌத்த மதத்தைச் சேர்ந்தவன் என்று கூறப்படுகின்றான். இவன் பௌத்தர்களுக்காகப் பௌத்தப்பள்ளிகளைக் கட்டி அவர்களை ஆதரித்திருக்கக்கூடும். கி. பி. ஏழாம் நூற்றாண்டில், ஹிமசீதளன் என்னும் அரசன் பௌத்தர்களை ஆதரித்தான் என்றும், அகளங்கர் என்னும் ஜைனர் காஞ்சீபுரத்தில் இவ்வரசன் முன்னிலையில் பௌத்தர்களுடன் சமயவாதம் செய்து வென்று, இவ்வரசனை ஜைன மதத்தில் சேர்த்ததோடு, தோல்வியுற்ற பௌத்தர்களை இலங்கைக்கு அனுப்பி விட்டார் என்றும் தெரிகின்றது. ஏழாம் நூற்றாண்டில், அதாவது 640-இல், காஞ்சீபுரத்துக்கு வந்த யுவாங் சுவாங் என்னும் சீனர் காஞ்சீபுரத்தில் நூறு பௌத்தப் பள்ளிகளும் ஆயிரம் பௌத்த பிக்ஷுக்களும் இருந்ததாகவும், பௌத்தப் பள்ளிகள் நல்ல நிலையில் இருக்கவில்லையென்பதாகவும் எழுதியிருக்கின்றார்.

காஞ்சீபுரத்தில் உள்ள காமாட்சியம்மன் கோயில் பண்டைக்காலத்தில் பௌத்தர்களின் தாராதேவி கோயில் என்றும், பௌத்த மதம் அழிந்த பிறகு அக்கோயில் இந்துமதக்

கோயிலாக மாற்றப்பட்டதென்றும் அரசாங்க சிலா சாசன ஆராய்ச்சியாளர் கூறுகின்றனர். காமாட்சியம்மன் கோயிலில் ஐந்தாறு புத்தர் உருவச் சிலைகள் இன்றைக்குங் காணப்படுகின்றன. இவற்றில் முக்கியமானது பெரிதாகவும், புத்தர் நிற்கும் கோலமாகவும் அக்கோயிலின் உட்பிராகாரத்திலே இருக்கின்றது. இந்தப் புத்த உருவத்திற்கு இப்போது 'சாத்தன்' என்று பெயர் சொல்லப்படுகின்றது. 'காமாட்சி லீலாப் பிரபாவம்' என்னும் நூலில், சாஸ்தா (சாத்தன்) தேவியின் முலைப்பால் உண்டு வளர்ந்ததாகக் கூறப்பட்டிருக்கின்றது. புத்தருக்குச் சாஸ்தா என்பதும் பெயர். காமாட்சியம்மன் கோயில் பண்டைக்கால்த்தில் பௌத்தக் கோயில் என்று சொல்லுகிறவர்களின் கொள்கையை இவை ஆதரிக்கின்றன. (படங்கள், 6, 7 காண்க.)

படம் 6.

காஞ்சீபுரத்தில், காமாட்சியம்மன் கோயிலின் உட்பிராகாரத்தில் இருந்த புத்தர் உருவச்சிலை, உருவம் 7 அடி உயரம் உள்ளது. மூக்கும் கைகளும் உடைக்கப்பட்டுள்ளன.

படம் 7.

காஞ்சீபுரம் காமாட்சியம்மன் கோயிலைச் சேர்ந்த தோட்டத்தில் உள்ள புத்தர் உருவச்சிலை. காஞ்சீபுரத்திலே உள்ள இன்னொரு அம்மன் கோயிலில் புத்தர் உருவச் சிலைகள் இரண்டு காணப்படுகின்றன. (படம் 8 காண்க.)

படம் 8.

காஞ்சீபுரம், கருக்கில் அமராண்ட அம்மன் கோயிலில் உள்ள இரண்டு புத்த விக்கிரகங்களில் ஒன்று.

அறவண அடிகள், மணிமேகலை, திக்நாகர், போதி தருமர், தருமபாலர், ஆனந்ததேரர், அநுருத்தர், புத்தாதித்தியர் முதலிய பேர்பெற்ற தேரர்கள் இவ்வூரில் வசித்தவராவர்.

திருப்பாதிரிப்புலியூர்

இப்பொழுது கூடலூர்க்கு அருகில் உள்ள திருப்பாதிரிப்புலியூரில் பண்டைக்காலத்தில் பௌத்தர் இருந்தனரென்றும், அங்குப் பௌத்தப் பல்கலைக்கழகம் ஒன்றிருந்ததென்றும் கூறுவர். ஆயினும், அவற்றைப்பற்றிய வரலாறுகள் ஒன்றும் தெரியவில்லை.

சங்கமங்கை

இதுவும் தொண்டை நாட்டிலிருந்ததாகத் தெரிகின்றது. பௌத்தராயிருந்து, பின்னர்க் காஞ்சீபுரஞ் சென்று பௌத்த தருமத்தை நன்கு கற்று, பின்னர்ச் சைவ சமயத்தைச் சேர்ந்த சாக்கிய நாயனார் இவ்வூரில் பிறந்தவர். இந்த ஊரின் பெயரே இது பௌத்தரது ஊர் என்பதைத் தெரிவிக்கும். சங்கம் என்பது, புத்த, தர்ம சங்கம் என்னும் மும்மணிகளில் ஒன்று. அதாவது, பௌத்தப் பிக்ஷ¨களுக்குச் சங்கம் என்பது பெயர். எனவே, சங்க

மங்கை என்கிற பெயர் பௌத்தச் சார்பானதென்பதைத் தெரிவிக்கின்றது.

கூவம்

இதுவும் தொண்டை நாட்டிலுள்ள ஒரு ஊர். செங்கற்பட்டு ஜில்லாவில் உள்ளது. இவ்வூரிலும் பண்டைக் காலத்தில் பௌத்தர்கள் இருந்தார்கள். இவ்வூரில் இருந்த பெரிய புத்த விக்கிரகம் ஒன்றைச் சென்னைப் பொருட்காட்சிச் சாலையில் கொண்டுவந்து வைத்திருக்கிறார்கள்.

இனி, பாண்டி நாட்டில் பௌத்தர் இருந்த ஊர்களைப் பற்றி ஆராய்வோம்.

இந்த நகரத்தில் பௌத்தப்பள்ளிகள் இருந்தனவென்பதை மதுரைக் காஞ்சியில்,

'திண்கதிர் மதாணி யொண்குறு மாக்களை
யோம்பினர்த் தழீஇத் தாம்புணர்ந்து முயங்கித்
தாதணி தாமரைப் போதுபிடித் தாங்குத்
தாமு மவரு மோராங்கு விளங்கக்
காமர் கவினிய பேரிளம் பெண்டிர்
பூவினர் கையினர் தொழுவனர் பழிச்சிச்
சிறந்து புறங்காக்குங் கடவுட் பள்ளியும் '

என வரும் அடிகளுக்கு, 'திண்ணிய ஒளியினையுடைய பேரணிகலங்களையுடைவராய் விருப்பம் அழகு பெற்ற பெரிய இளமையினையுடைய பெண்டிர், தாம் முயங்குதலைச் செய்து கூடிப் பாதுகாக்குங் கணவரையும் கூட்டிக்கொண்டு தாது சேர்ந்த செவ்வித் தாமரைப் பூவைப் பிடித்தாற்போல ஒள்ளிய சிறு பிள்ளைகளையும் எடுத்துக்கொண்டு, தாமும் கணவரும் பிள்ளைகளும் சேரச் சீலத்தாலே விளங்கும்படியாகப் பூசைக்கு வேண்டும் பூவினையுடையராய்த் தூபங்களையுடையராய் வணங்கினராய் மிகுத்துத் துதித்துப் பாதுகாத்தலை நடத்தும் பௌத்த பள்ளியும்' என்று நச்சினார்க்கினியர் உரை எழுதியிருப்பதுகொண்டு அறியலாம்.

அசோக சக்கரவர்த்தி, மதுரைக்குக் கீழ்த்திசையில் கட்டிய ஒரு பௌத்த விகாரை இடிந்து பழுதுபட்ட நிலையில் இருந்ததென்றும், அதற்குச் சற்றுச் சேய்மையில் மகேந்திரர் கட்டிய பௌத்தப் பள்ளியொன்றும் அழிந்து போகும் நிலையில் இருந்ததென்றும் கி. பி. ஏழாம் நூற்றாண்டின் முற்பகுதியில் தமிழ் நாட்டில் பிரயாணம் செய்த யுவாங் சுவாங் என்னும் சீனர் எழுதியிருக்கின்றார். ஆனால், இந்த விகாரை பள்ளிகளைப்பற்றிச் சிலப்பதிகாரம், மணிமேகலை முதலிய தமிழ் நூல்களில் குறிப்பிடப்படவில்லை. இவை பிற்காலத்தில்

கட்டப்பட்டு, நாளடைவில் கட்டியவர் பெயர் மறைந்து, அசோகரும் மகேந்திரமும் கட்டியதாகத் தவறாகக் கருதப்பட்டிருக்கலாம். யார் கட்டியதாக இருந்தாலும், மதுரையிலும் பௌத்தர்களும் பௌத்தப் பள்ளிகளும் இருந்துவந்ததுமட்டும் இதனால் உறுதிப்படுகின்றது. மதுரையில், கி. பி. இரண்டாம் நூற்றாண்டில், 'சிந்தாதேவி' என்னும் அம்மன் கோயில் ஒன்று இருந்ததாக மணிமேகலையினால் தெரிய வருகின்றது. இந்தக் கோயிலைப் பௌத்தர்களின் தாராதேவி கோயில் என்று ஆராய்ச்சியாளரிற் சிலர் கருதுகின்றார்கள்.

அரிட்டாபட்டி

மதுரை ஜில்லாவில் இப்போது குக்கிராமமாயுள்ள ஒரு ஊர். கி. மு. மூன்றாம் நூற்றாண்டில் இலங்கையை அரசாண்ட தேவனாம்பிரிய திஸ்ஸன் என்னும் அரசனுடைய அம்மானாராகிய அரிட்டர் என்னும் பௌத்த பிக்ஷு, மகேந்திரருடன் சேர்ந்து பாண்டி நாட்டில் பௌத்தமதத்தைப் பரவச் செய்தாரென்றும், அந்த அரிட்டர் என்பவர் இந்த ஊருக்கு அருகில் உள்ள மலைக்குகையில் வாழ்ந்து வந்தார் என்றும், ஆகவே இவ்வூருக்கு அவர் பெயர் வழங்கலாயிற்று என்றும் ஆராய்ச்சி வல்ல அறிஞர் கருதுகின்றனர். இந்த அரிட்டாபட்டிக்கருகில் உள்ள பௌத்தக் குகைகளில் அசோக மன்னர் காலத்தில் வழங்கிய பிராமி எழுத்துக்கள் பொறிக்கப்பட்டுள்ளன. இது பண்டைக் காலத்தில் பௌத்தக் கிராமமாயிருந்து, பிற்காலத்தில் அழிந்து இப்போது குக்கிராமமாக இருக்கின்றது.

பொதிகை

பொதிகை மலையும் பௌத்தர்களின் புண்ணிய மலைகளில் ஒன்றாகப் பிற்காலத்தில் கருதப்பட்டு வந்தது. அந்த மலையில் அவலோகிதீஸ்வரர் என்னும் போதி சத்வர் வீற்றிருக்கிறார்

என்பதும், அவரிடம் அகத்தியர் தமிழ் கற்றார் என்பதும் பௌத்தர்களின் கொள்கை. இந்த மலையை அடுத்து 'மலைய நாடு' என்னும் பெயருடைய நாடு இருந்தது. அந்நாட்டில் தந்திரயான பௌத்த மதத்தவராகியவச்சிரபோதி (கி. பி. 661 - 730) என்பவர் பிறந்தார். சீன தேசத்திலும், ஜப்பான் தேசத்திலும் சென் பௌத்த (Zen Buddhism) மதத்தைப் பரப்பியவர் இவரே.

தஞ்சை

பாண்டி நாட்டில் இருந்த தஞ்சாவூர். இந்தவூரில் வாணன் என்னும் சிற்றரசன் ஒருவன்மீது இயற்றப்பட்ட தஞ்சைவாணன் கோவை என்னும் ஒரு நூல் தமிழில் உண்டு. பாளி மொழியில் பதினான்கு நூல்களை இயற்றிய பேர்பெற்ற பௌத்த பிக்ஷுவாகிய ஆசாரிய தர்மபாலர் இந்த ஊரில் பிறந்தார். இந்த ஊரிலும் பௌத்தர்கள் இருந்ததாகத் தெரிகின்றது.

திருமாலிருஞ் சோலை

'அழகர்மலை' என்று வேறு பெயருள்ள இந்த இடம் இப்போது வைணவத் திருப்பதிகளில் ஒன்று. இங்குள்ள மலைக்குகைகளில் பிராமி எழுத்துக்கள் பொறிக்கப்பட்டுள்ளதுகொண்டு இங்குப் பண்டைக் காலத்தில் பௌத்தர்களும் ஜைனரும் வாழ்ந்திருக்க வேண்டும் என்று கூறுவர் திரு. V. R. இராமச்சந்திர தீக்ஷ¤தர் அவர்கள்.

இனி, சேரநாட்டில் இருந்த பௌத்த ஊர்களை ஆராய்வோம்.

வஞ்சிமாநகர்

இப்போது மலையாளதேசமாக மாறிவிட்ட கேரளதேசம் பண்டைக்காலத்தில் தமிழ் நாடாக இருந்தது. அப்போது அதற்குச் சேரநாடு என்று பெயர். அதன் தலைநகராக இருந்தது வஞ்சிமாநகர். கி. பி. இரண்டாம் நூற்றாண்டில் வாழ்ந்திருந்த

சிலப்பதிகாரக் கதைத்தலைவனாகிய கோவலன் என்பவனுடைய மூதாதை, கோவலன் என்னும் பெயருள்ளவன், இந்த நகரத்தில் சிறந்ததோர் புத்தசேதியம் கட்டினான் என்று மணிமேகலையினால் தெரிகின்றது. சிலப்பதிகாரத் தலைவனாகிய கோவலனது ஒன்பது தலைமுறைக்கு முற்பட்ட பாட்டனான இந்தக் கோவலன் இமயவரம்பன் நெடுஞ்சேரலாதனுக்கு உற்ற நண்பன் என்பதும், பாதபங்கய மலையிலிருந்து வந்த ஒரு பௌத்த பிக்ஷுவின் உபதேசங்களைக் கேட்டு இவன் துறவு பூண்டு சேதியம் அமைத்ததோடு, தன் பொருள் முழுவதும் தானம் செய்தான் என்பதும் தெரிகின்றன. இவன் கி. மு. முதல் நூற்றாண்டின் முற்பகுதியில் இருந்தவனாகலின், இந்தச் சேதியம் கட்டப்பட்டதும் அக்காலமாகும். கி. பி. இரண்டாம் நூற்றாண்டில், இந்தச் சேதியமும் இன்னும் பல பௌத்தப் பள்ளிகளும் இருந்ததாகவும், கோவலன் தந்தை மாசாத்துவான் என்பவனும், மணிமேகலையும், அறவண அடிகள் என்னும் பிக்ஷுவும் இந்த நகரத்திற் சென்று இங்கிருந்த பௌத்த விகாரைகளைத் தொழுதனரென்பதாகவும் மணிமேகலை கூறுகின்றது.

இப்போது மலையாள நாட்டில் ஆங்காங்கே 'சாத்தன் காவு' என்றும், 'ஐயப்பன் கோயில்' என்றும் சொல்லப்படும் கோயில்கள் பல உண்டு. இவை முற்காலத்தில் பௌத்தக் கோயில்களாயிருந்தன என்று சிலர் கருதுகின்றார்கள். 'சாத்தன்' என்பது 'சாஸ்தா' என்பதன் திரிபு. சாஸ்தா என்பதும் புத்தருக்குப் பெயர். காவு அல்லது கா என்பது தோட்டம். எனவே, 'சாத்தன்காவு' என்றால், புத்தரது தோட்டம் என்பது பொருள். பண்டைக் காலத்தில் பூந்தோட்டங்களுக்கிடையே புத்தகோயில்கள் அமைப்பது வழக்கம். பௌத்தப் பள்ளியுள்ள பூந்தோட்டத்தைப் பௌத்தர் 'ஆராமம்' என்பர். 'ஆராமம்' என்றால், தோட்டம் அல்லது கா என்பதே பொருள். (தொடர்புரை 3 காண்க.)

இவையன்றியும், மானாவூர், துடிதபுரம் என்னும் ஊர்களில் பௌத்தப் பள்ளிகள் இருந்தனவாகத் தெரிகின்றன. இந்த ஊர்கள் எங்கிருந்தன என்பது விளங்கவில்லை. தக்க யாகப்பரணி உரையில் பௌத்தபுரம் என்னும் ஓர் ஊர் கூறப்படுகின்றது. இதுவும் எந்த இடத்தில் இருந்ததென்று தெரியவில்லை.

அதிகாரம் 5. இந்து மதத்தில் பௌத்தமதக் கொள்கைகள்.

தமிழ் நாட்டிலே, ஏன்? இந்தியாவிலேயே பௌத்த மதம் இப்போது மறைந்துவிட்டது. அந்த மதம் மறைந்து விட்டபோதிலும், அதன் பெரிய கொள்கைகளில் பல நாளது வரையில் இந்து மதத்தில் நின்று நிலைபெற்று வருகின்றன. பௌத்த மதக்கொள்கைமட்டுமன்று, பண்டைத் திராவிடரின் சமயக் கொள்கைகளும், ஜைனரின் மதக்கொள்கைகளும் இப்போதைய இந்து மதத்தில் கலந்து காணப்படுகின்றன. அவ்வக்காலத்தில் நடைமுறையிலிருந்து சிறந்த கொள்கைகளை இந்துமதம் தன்னிடத்தில் ஏற்றுக்கொண்டிருக்கின்றது. இஸ்லாம் மதத்தையும் இந்துமதத்தின் உட் பிரிவுகளில் ஒன்றாகச் சேர்க்க அக்பர் சக்கரவர்த்தி காலத்தில் முயற்சி செய்யப்பட்டு, 'அல்லா உபநிஷத்' என்னும் ஒரு புதிய உபநிஷத்து இயற்றப்பட்டது என்பது ஈண்டு நினைவுகூரற்பாலது. இது நிற்க.

பௌத்த மதக்கொள்கைகள் பல இந்து மதத்தில் நின்று நிலவுகின்றனவென்று சொன்னோம். அவை எவை என்பதை இங்கு ஆராய்வோம். இக்காலத்தில் இந்துக்கள் அவை பௌத்தமதக் கொள்கைகள் என்பதை முழுவதும் மறந்துவிட்டார்கள். இந்து மதத்தில் காணப்படும் பௌத்த மதக் கொள்கைகளாவன:-

1. புத்தரை அவதாரமாக ஏற்றுக்கொண்டது

இந்து மதம் பௌத்தமதத்தை அழித்துவிட்ட போதிலும், அந்த மதத்தை உண்டாக்கின புத்தரை ஒரு தெய்வமாக

ஏற்றுக்கொண்டது. அதாவது, புத்தர் திருமாலின் அவதாரங்களில் ஒருவரென்று ஒப்புக்கொண்டுவிட்டது. ஏன் ஒப்புக்கொண்டது? புத்தரின் உருவ வழிபாடு அக்காலத்து மக்களிடையே வேரூன்றியிருந்தபடியால், பௌத்த மதத்தை அழித்துவிட்ட போதிலும், புத்தரைத் தெய்வமாக ஏற்றுக்கொள்ளவேண்டிய கட்டாயம் இந்து மதத்திற்கு ஏற்பட்டதுபோலும்.

புத்தர் திருமாலின் அவதாரமாக இந்து மதத்தில் புகுத்தப்பட்ட காலம் இன்னது என்று துணிந்துகூற இயலவில்லை. பௌத்த மதத்தவராகிய அமரசிம்மர் தாம் இயற்றிய 'அமரகோசம்' என்னும் நிகண்டிலே, புத்தர் மாயாதேவிக்கும் சுத்தோதனருக்கும் பிறந்தவர் என்று கூறியிருக்கிறாரே தவிர, திருமாலின் அவதாரங்களில் ஒருவரென்று கூறவில்லை. ஆனால், 'க்ஷமேந்திரர்' என்பார் தாம் இயற்றிய 'தசாவதார சரித்திரத்தில்', புத்தரைத் திருமாலின் ஒன்பதாவது அவதாரம் என்று எழுதியிருக்கின்றார். ஆகையால், அமரகோசம், தசாவதார சரித்திரம் என்னும் இவ்விரண்டு நூல்களும் இயற்றப்பட்ட காலத்தின் இடைப்பகுதியில், புத்தர் திருமாலின் ஓர் அவதாரமாகச் சேர்க்கப்பட்டிருக்கவேண்டும் என்று துணியலாம்.

இந்து மதத்தின் ஒரு பிரிவான வைணவ மதம் புத்தரைத் திருமாலின் ஓர் அவதாரமாக ஏற்றுக்கொண்டது போலவே, மற்றொரு பிரிவாகிய சைவசமயமும் புத்தரைத் தனது தேவர்களில் ஒருவராக ஏற்றுக்கொண்டது. சாஸ்தா, அல்லது ஐயனார் என்னும் பெயருடன் புத்தரைத் தனது தேவர்களில் ஒருவராகச் சேர்த்துக்கொண்டு, பின்னர், முருகர், அல்லது சுப்பிரமணியரோடு புத்தரை ஒற்றுமைப்படுத்திக்கொண்டது. அன்றியும், பௌத்தரின் தாராதேவி முதலான தெய்வங்களைத் 'திரௌபதி அம்மன்' என்றும், புத்தரைத் 'தருமராசன்' என்றும் பெயர் சூட்டி ஏற்றுக்கொண்டது. (தொடர்புரை 3 காண்க.)

2. வேள்வியில் உயிர்க்கொலை நீக்கியது

யாகங்களில் ஆடு மாடு முதலியவற்றைக் கொல்வது பெரும்பாவமென்பது பௌத்தமதக் கொள்கை. அதற்கு நேர்மாறாக, யாகங்களில் ஆடு மாடு குதிரை முதலியவற்றைப் பலியிடவேண்டுமென்பது பிராமண மதத்தின் கொள்கையாக இருந்துவந்தது. கடைசியாக,. வைதீக பிராமண மதம் தனது கொள்கையை விட்டுக்கொடுத்து, பௌத்த மதக் கொள்கையாகிய கொல்லாமையை ஏற்றுக்கொண்டது. அன்றியும், பிராமணர் மாமிசம் உண்டுவந்ததையும் நிறுத்திச் 'சைவ' உணவை உண்ணும்படி செய்ததும் பௌத்த மதந்தான். வைதீக மதத்தார் மாமிசம் உண்பதையும் யாகங்களில் உயிர்க்கொலை செய்வதையும் தடுத்து, அவற்றை நிறுத்தச் செய்த பெருமை பௌத்த மதத்திற்குமட்டுமன்று, ஆருகத மதத்திற்கும் உரியதாகும்.

3. அரசமரத்தைத் தொழுதல்

'போதி' என்னும் அரசமரம் பௌத்தர்களுக்குப் புனிதமானது. ஏனென்றால், அரசமரத்தடியில் இருந்த காலத்தில்தான் புத்தருக்கு மெய்யறிவு உண்டாயிற்று. ஆகையால், பௌத்தர்கள் அரச மரத்தைப் புத்தரைப் போலவே போற்றி வணங்குவர். புத்தரைக் கூறும்போது, 'மருள் அறுத்த பெரும்போதி மாதவன்' என்றும், 'பவளச் செஞ்சுடர் மரகதப் பாசடை, பசும்பொன் மாச்சினை விசும்பகம் புதைக்கும், போதியந்திருநிழற் புனிதன்' என்றும், 'பாசடைப்போதிப் பேரருள் வாமன்' என்றும், 'வாடாப்போதி மாகதப் பாசடை மாநிழல் அமர்ந்தோன்' என்றும், அரசமரத்துடன் அவரைத் தொடர்புப் படுத்தியே நூல்கள் கூறுகின்றன. பௌத்தரைப் 'போதியர்' (அரசமரத்தைத் தொழுவோர்) என்று 'தேவாரம்' கூறுகின்றது.

சங்ககாலத்திலிருந்த ஒரு பௌத்தப் புலவருக்கு 'இளம்போதியார்' என்னும் பெயர் இருந்ததும் ஈண்டு நினைவுகூரற்பாலது. அன்றியும், 'புத்தர்மேல் பத்திக்குக் காரணமான போதி விருட்சம் நின்னால் (பௌத்தரால்) புத்தனோபாதி (புத்த சம்பந்தமானது) என்று தொழப்பட்டவாறு போல' எனவும், 'புத்த பத்தி நிமித்தமாக போதி விருட்சம் தொழுமாறு போல்' எனவும் வருகின்ற நீலகேசி உரைப்பகுதிகலாலும் பௌத்தர் அரசமரத்தைத் தொழுதுவந்த செய்தி அறியப்படும். இந்து மதம் பௌத்த மதத்தை அழித்து விட்டதெனினும், பௌத்தமதக் கொள்கையாகிய அரசமர வணக்கம் ஒழிக்கப்படாமல், இன்றளவும் போற்றப்பட்டு வருகின்றது. அரசமரத்தை வலம் வந்து வணங்குகின்ற இக்காலத்து இந்துக்கள், இந்த வணக்கத்தை உண்டாக்கியவர் பௌத்தர் என்பதை அறியார். ஆனால், இவ்வணக்கத்தை உண்டாக்கியவர் பௌத்தர் என்பது மறுக்கமுடியாத உண்மை.

4. மடங்கள் ஏற்படுத்தியது

சைவ, வைணவ, ஸ்மார்த்த மதத்தினர் மடங்களை அமைத்து, அவற்றில் தத்தம் மதத் தலைவர்கள் இருந்து சமயத்தொண்டாற்ற ஏற்பாடு செய்திருக்கின்றார்கள். இவைகளுக்கு 'மடம்' என்றும், 'சிம்மாசனம்' என்றும், 'பீடம்' என்றும் பெயர்கள் வழங்கிவருகின்றன. இந்நிலையங்கள் பௌத்தரின் பள்ளிகளைப் பின்பற்றி அமைக்கப்பட்டவை என்பது ஆராய்ச்சியாளரின் துணிபு. பௌத்த மதத்தின் உயிர் நாடியாயிருந்தது சங்கம். சங்கம் என்பது பௌத்தத் துறவிகளின் கூட்டம். இந்தத் துறவிகள் ஊர்தோறும் பள்ளி அல்லது மடங்களை அமைத்து, அவற்றில் தங்கி, நாட்டுமக்களுக்கு மதபோதனை செய்து தங்கள் சமயத்தைப் பரவச் செய்துவந்தார்கள். இந்த நிலையங்களை முதல் முதல் உண்டாக்கிய பெருமை புத்த தேவருக்கே உரியது. புத்தர் இந்த நிலையங்களை உண்டாக்குவதற்கு முன்னே, துறவிகளும்

சமயத் தலைவர்களும் காடுகள், மரச் சோலைகள் முதலிய இடங்களில் வசித்துவந்தனர். பின்னர், பௌத்த மடங்களைப் பின்பற்றி, ஏனைய சமயத்தவரும் மடங்கள் அமைக்கும் வழக்கத்தை மேற்கொண்டனர் என்பது ஆராய்ச்சியாளர் கண்ட முடிபு.

5. அத்வைதம் உண்டானது

கி. பி. ஒன்பதாம் நூற்றாண்டின் முற்பகுதியில் சங்கராசாரியாரால் உண்டாக்கப்பட்ட 'மாயாவாத மதம்' என்றும் 'ஏகான்மவாத மதம்' என்றும், 'ஸ்மார்த்த மதம்' என்றும், சொல்லப்படுகின்ற 'அத்வைத மதத்தின்' அடிப்படையான கொள்கை மகாயான பௌத்த மதத்திலிருந்து ஏற்றுக் கொள்ளப்பட்டதாக அறிவிற் சிறந்த ஆன்றோர் கூறுகின்றார். அத்வைத மதத்தை உண்டாக்கின சங்கராசாரியார், பௌத்த குரு ஒருவரிடம் பயின்ற மாணவர் என்று சிலர் கூறுவர். அங்ஙனம் அன்று; சங்கராசாரியாரின் குரு கோவிந்த பாதர் என்றும், கோவிந்த பாதரின் குரு கௌட பாதர் என்னும் பௌத்தர் என்றும் வேறு சிலர் கூறுவர். அன்றியும், பௌத்த மதத்தின் பிரிவுகளான விஞ்ஞானவாத, சூனியவாத மதங்கள் அதிகமாகப் பரவியிருந்த சௌராஷ்டிர தேசத்தில் சங்கரர் கல்வி பயின்றார் என்றும், அங்குப் பயின்றபடியினால்தான் சூனியவாத பௌத்தத்தினின்று மாயாவாதக் கருத்தினைப் பெற்றுக்கொண்டார் என்றும் மற்றுஞ் சிலர் கூறுவர். இவர் எவ்விடத்தில் யாரிடத்தில் கல்வி பயின்றார் என்னும் ஆராய்ச்சியிற் புகவேண்டுவதில்லை. இவர் தமது மாயாவாதக் கொள்கையைப் பௌத்தமதத்தினின்று பெற்றுக்கொண்டார் என்பதுமட்டும் உறுதியே. ஏனென்றால், வைணவ ஆசாரியருள் தலை சிறந்தவரும் ஸ்ரீபாஷ்யம் அருளிச்செய்தவருமான இராமாநுசர், சங்கராசாரியாரின் அத்வைத மதத்தைப் 'பிரச்சன்ன பௌத்தம்,' அதாவது மாறுவேடம் பூண்டுவந்த பௌத்தம் என்று கூறியிருக்கின்றார். துவைத மதத்தின் தலைவராகிய

மாதவாசாரியாரும் அவ்வாறே சங்கரரின் அத்வைத மதத்தைப் 'பிரச்சன்ன பௌத்தம்' என்று கூறியிருக்கின்றார். பதுமபுராணத்தின் உத்தரகாண்டத்திலும் சங்கராசாரியாரின் மாயாவாத மதம் பிரச்சன்ன பௌத்தம் என்றே கூறப்படுகின்றது. இதனால், அத்வைத மதத்தின் அடிப்படையான கொள்கைகள் பௌத்த மதத்திலிருந்து ஏற்றுக்கொள்ளப்பட்டன என்பது நன்கு விளங்குகின்றது.

மேலே காட்டிய ஐந்து கொள்கைகளும் பௌத்த மதத்தைச் சார்ந்தவை என்பதும், அக்கொள்கைகள் இந்து மதத்தில் ஏற்றுக்கொள்ளப்பட்டு இன்றளவும் நிலைபெற்றிருக்கின்றன என்பதும் விளக்கப்பட்டன. இதினின்று நாம் அறியக்கிடப்பது யாது? இந்துமதம் பௌத்த மதத்தை அழித்துவிட்டது; ஆனால், பௌத்தமதக் கொள்கைகளை ஏற்றுக்கொண்டு இன்றளவும் கையாண்டுவருகின்றது என்பதே. பௌத்த மதம் தோல்வியுற்றது; ஆனால், அதன் கொள்கை வெற்றி பெற்றது.

அதிகாரம் 6. பௌத்தரும் தமிழும்.

வடநாட்டிலிருந்து தென்னாட்டில் வந்த மதங்களைப் பண்டைப் பெரியோர் இரண்டு வகையாகப் பிரித்திருக்கின்றனர். அவை பிராமண மதம், சிரமண மதம் என்பன. பிராமணமதம் என்பது வைதீக மதம். சிரமண மதம் என்பது பௌத்த ஜைன மதங்களாகும். சிரமணம் என்னும் சொல் தமிழில் சமணம் என வழங்கும். சமணமதம் என்றால், ஜைனமதத்துக்குமட்டும் பெயராக இக்காலத்தில் பெரும்பான்மையோரால் கருதப்படுகிறது. ஆனால், சமணம் என்னும் சொல், வைதீக மதத்தவரல்லாத பௌத்தர் ஜைனர் மதங்களுக்குப் பொதுப் பெயராகப் பண்டைக் காலத்தில் வழங்கிவந்தது.

சமணர்களாகிய பௌத்த ஜைனர்கள் தங்கள் மதக் கொள்கைகளை உலகத்திலுள்ள மக்கள் எல்லோரும் அறிய வேண்டும் என்னும் விரிந்த மனப்பான்மை உடையவர்கள். ஆகையால், அந்தந்த நாடுகளில் பேசப்படும் தாய்மொழிகளில் தங்கள் சமய உண்மைகளை எழுதியும் பேசியும்வந்தார்கள். பிராமணர்களோ அத்தகைய விரிந்த மனப்பான்மை உடையவர்களல்லர். அதற்கு மாறாக, தமது மதத்தைத் தாங்கள்மட்டும் அறியவேண்டும் என்னும் எண்ணமுடையவர்கள். பொதுமக்கள் அறியாத சம்ஸ்கிருத மொழியில் தங்கள் மதக்கொள்கைகளை எழுதிவைத்துக்கொண்டதோடு, அந்த நூல்களைப் பிராமணரல்லாதவர்கள் படிக்கவும்கூடாது, பிறர் படிப்பதைக் காதால் கேட்கவும்கூடாது, அப்படிச் செய்வராயின், அவரைக் கடுமையாகத் தண்டிக்கவேண்டும் என்று சட்டமும் எழுதிவைத்துள்ளார்கள்.

பரந்த உயர்ந்த பெரிய நோக்கமும், மனப்பான்மையும் கொண்டவர்களான சமணர்கள் தங்கள் மதக்கொள்கைகளை எல்லோரும் அறியவேண்டும் என்னும் நல்லெண்ணமுடையவர்களாதலின், அவர்கள் தங்கள் மதநூல்களை அந்தந்த நாட்டுத் தாய்மொழிகளில் மொழிபெயர்த்துவைத்தார்கள். நாட்டுமக்கள் அறியாதபடி வேறொரு மொழியில் மதக்கொள்கைகளை மறைத்துவைப்பது மன்னிக்கமுடியாத பெரும் பாவம் என்பது சமணர்களின் கொள்கை. சமணர்களின் இக்கொள்கையை விளக்கக் கீழ்க்கண்ட வரலாறுகளே போதுமானவை.

பௌத்தர்களுக்குரிய சுல்லவக்க என்னும் பாளி மொழி நூலில் இச்செய்தி காணப்படுகிறது :-

பௌத்த மதத்தைச் சேர்ந்த இரண்டு பார்ப்பனத் துறவிகள் புத்ததேவரிடம் சென்று, புத்தரின் வாய்மொழிகளை வெவ்வேறு நாட்டிற் சென்று போதித்துவருகிற தேரர்கள் அந்தந்த நாட்டுத் தாய்மொழியில் உபதேசம் செய்கிறபடியால், புத்தர்மொழிகள் கெட்டுப்போகின்றன. ஆகையால், புத்தரின் உபதேசங்களைச் சந்தபாஷையில் எழுதிவைப்போமாக! என்றனர். இங்குச் சந்தம் என்பது சம்ஸ்கிருத சுலோகம். சம்ஸ்கிருத சுலோகத்தில் புத்தர் உபதேசங்களை அமைத்து எழுதவேண்டும் என்று கூறியதாகக் கருத்து. கௌதம புத்தர் இவர்களது வேண்டுகோளினை மறுத்து, நீங்கள் புத்தரின் வாய்மொழிகளைச் சந்தபாஷையில் அமைத்து எழுதக்கூடாது; அப்படிச் செய்கிறவர் யாராயிருந்தாலும் தீங்குசெய்த குற்றத்திற்குள்ளாவர். புத்தரின் வாய்மொழிகளை ஒவ்வொருவரும் அவரவரது தாய்மொழியிலேயே அறியவேண்டும் என்றனர்.

இதனால் புத்தரின் விரிந்த மனப்பான்மை நன்கு விளங்குகின்றது. இந்தக் கொள்கையைப் பின்பற்றிப் பிற்காலத்துப் பௌத்தர்களும் அந்தந்த நாட்டுத்

தாய்மொழிகளில் பௌத்தக் கொள்கையைப் போதித்துவந்தனர்.

ஜைன சமயத்தவரும் இவ்வாறே பரந்த கொள்கையுள்ளவர் என்பது பின்வரும் வரலாற்றிலிருந்து அறியலாம் :-

உஜ்ஜைனி தேசத்து அரசனது அவைக்களத்தில், சம்ஸ்கிருதம் கற்றுத்தேர்ந்து பெரும்புகழ் பெற்றுவிளங்கிய சித்தசேன திவாகரர் என்னும் பிராமணர் ஒருவர் இருந்தார். அதே காலத்தில், இவரைப் போலவே கல்விக்கடலைக் கரை கண்டவர் என்று புகழுடன் வாழ்ந்துவந்த விருத்தவாதி முனிவர் என்னும் ஜைனத்துறவி ஒருவரும் இருந்தார். இவர்கள் இருவரும் ஒருவரையொருவர் நேரில் கண்டு வாதம் செய்து, தம்மில் யார் அதிகமாகக் கற்றவர் என்று அறியப்பேரவாக்கொண்டிருந்தனர். நெடுநாள் சென்ற பின்னர், இவர் ஒருவரையொருவர் நேரில் காணும்படி நேரிட்டது. உடனே இருவரும் வாதம் செய்யத் துணிந்து, வாதில் தோற்றவர் மாணவரும், வென்றவர் குருவும் ஆவர் என்று முடிவு செய்துகொண்டு, வாது செய்யத் தொடங்கினார். அவ்வூர்ப் பொதுமக்கள் அவர் வெற்றி தோல்வியைச் சொல்ல நடு நிலையாளராயிருந்தனர். சித்தசேன திவாகரர் தமது வட மொழிவல்லமையை விளக்க எண்ணி, சம்ஸ்கிருதத்தில் வாது செய்தார். விருத்தவாதி முனிவரோ, சம்ஸ்கிருதத்தில் நன்கு தேர்ந்தவராயிருந்தும், அந்த மொழியில் வாதம் செய்யாமல், நாட்டுமக்கள் பேசும் தாய்மொழியிலேயே வாதம் நிகழ்த்தினார். இவ்வாதப் போரில் வெற்றிபெற்றவர் விருத்தவாதி முனிவரே என்று நடுநிலையில் நின்றவர் முடிவு சொன்னார். ஆகவே, உடன்படிக்கைப்படி, விருத்தவாதி முனிவருக்குச் சித்தசேன திவாகரர் மாணவர் ஆனார்.

அதன் பிறகு, சித்தசேன திவாகரர், மக்கள் பேசிப் பயின்றுவந்த அர்த்த மாகதி மொழியில் எழுதப்பட்டிருந்த ஜைனமத நூல்களைச் சம்ஸ்கிருதத்தில் மொழிபெயர்க்கக் கருதித் தமது

கருத்தைத் தமது குருவான விருத்தவாதி முனிவரிடம் சொன்னார். விருத்தவாதி முனிவர் அவ்வாறு செய்யக்கூடாது என்று தடுத்தார். ஜனங்கள் பேசியும் கற்றும்வரும் அர்த்த மாகதி பாஷையில் உள்ள நூல்களைப் பொதுமக்கள் அறியாத சம்ஸ்கிருத மொழியில் எழுதி வைத்து, பொதுமக்கள் தெரிந்துகொள்ளாதபடி செய்வது பெரும்பாவம் என்பதை நன்கு விளக்கிச் சொன்னார். தமது குரு சொன்ன உண்மையினை உணர்ந்த பின்னர், சித்தசேன திவாகரர் தாம் செய்ய நினைத்த குற்றத்திற்குக் கழுவாயாகப் பன்னிரண்டு ஆண்டுவரையில் வாய்பேசாமல் ஊமைபோல் வாழ்ந்திருந்தார். இவர் கி. மு. முதல் நூற்றாண்டில் இருந்தவர்.

இந்த வரலாற்றினால், ஜைனரும் பௌத்தரைப் போலவே தாய் மொழிகளின் வாயிலாகப் பொது மக்களுக்குத் தங்கள் மதக்கொள்கையைப் போதிக்கவேண்டும் என்னும் கருத்துள்ளவர் என்பது விளங்குகின்றது.

இவ்வாறு, தாய்மொழி வாயிலாகத் தமது மதக்கோட்பாட்டினை உலகத்தில் பரவச்செய்யுங் கருத்துடையவர்களாய்ப் பௌத்த ஜைனர்களான சமணர்கள் எந்தெந்த நாட்டிற்குச் சென்றார்களோ, அந்தந்த நாட்டு மொழிகளைக் கற்று, அந்தந்த மொழிகளில் மதநூல்களையும் பிறநூல்களையும் இயற்றிவைத்தார்கள். இந்த முறையில் இவர்கள் தமிழ் மொழிக்குச் செய்த தொண்டு தமிழர்களால் மறக்கற் பாலதன்று. அன்றியும், சிறுவர்களின் கல்வியைப்பற்றியும் இவர்கள் கருத்தினைச் செலுத்தி,. அவர்களுக்குத் தாய் மொழியை எழுதப் படிக்கக் கற்பித்துவந்தார்கள். நாம் இப்பொழுது வழங்குகிற பள்ளிக்கூடம் என்னும் சொல்லே, இவர்கள் கல்வியைப் பரப்புவதற்காகச் செய்துவந்த முயற்சியை இனிது விளக்குகின்றது. பள்ளி என்னும் பெயர்க்குப் பௌத்த ஜைனத் துறவிகள் வாழும் மடம் என்பது பொருள். பௌத்த ஜைனத் துறவிகள் தாங்கள் வாழும் பள்ளிகளின் கூடங்களில் பாடசாலைகளை வைத்துப் பாடஞ் சொல்லிவந்தமையால்,

பாடசாலைக்குப் பள்ளிக்கூடம் என்னும் பெயர் உண்டாயிற்று. பௌத்த ஜைன மதங்கள் மறைந்து பல நூற்றாண்டுகள் கழிந்தும், இன்றளவும் பள்ளிக்கூடம் என்னும் சொல் தமிழ் நாட்டில் வழங்கிவருகின்றது.

இவ்வாறு சொல்வதால், பௌத்த ஜைனர்கள் வருவதற்கு முன்னே தமிழ்நாட்டில் கல்விச்சாலைகள் கிடையாவென்று சொன்னதாகக் கருதவேண்டா. சமணர்கள் தமிழ் நாடு வருவதற்குப் பலநூற்றாண்டுகளுக்கு முன்னரே, தமிழர்கள் கிராமங்கள்தோறும் கல்விச்சாலைகள் அமைத்து நடத்திவந்தனர். சிறுவர்களுக்குக் கல்விகற்பித்த ஆசிரியருக்குக் கணக்காயர் என்ற பெயர் சங்க நூல்களில் காணப் படுகின்றது. பின், ஏன் இதனை இங்குக் குறிப்பிட்டோமென்றால், சமணர்களும் தாய்மொழிக் கல்வியைப் பரவச்செய்ய அதிகமாகக் கருத்தைச் செலுத்தினார்கள் என்பதை விளக்குவதற்காகத்தான்.

சமண மதத்தார் தாய்மொழியான தேசபாஷையில் பெரிதும் ஊக்கங்காட்டி, அந்த மொழியில் பொதுமக்களின் நன்மைக்காக நூல்கள் இயற்றிவைத்ததுபோல, வைதீக மதத்தைச் சேர்ந்த பிராமணர் தங்கள் மதநூல்களைத் தேச பாஷையில் எழுதிவைக்கவில்லை. ஏனென்றால், அவர்கள் தங்கள் மதக்கொள்கைகளைத் தாங்கள்மட்டும் படிக்க வேண்டும், பிறர் அவற்றை ஒருபோதும் படிக்கக்கூடாதென்னும் குறுகிய மனப்பான்மை உடையவர்கள்.

வனப்புப் பொருந்திய தமிழ்மங்கை என்னும் பெருமாட்டிக்குச் சிலம்பு, மேகலை, வளை, குண்டலம், மணி என்னும் விலைபெற்ற நற்கலங்களை அணிவித்து, என்றென்றும் அப்பெருமாட்டி அழகுடன் விளங்கச் செய்தவர் சமணராகிய பௌத்த ஜைன மதத்தினரேயாவர். அஃதாவது, சிலப்பதிகாரம், மணிமேகலை, வளையாபதி, குண்டலகேசி, சிந்தாமணி என்னும் ஐம்பெருங்காப்பியங்களை இயற்றித் தமிழ்

மொழியை அழகுறச் செய்தவர் பௌத்த ஜைனரேயாவர். மணிமேகலை, வளையாபதி, குண்டலகேசி என்னும் மூன்றையும் பௌத்தரும், சிலப்பதிகாரம், சிந்தாமணி என்னும் இரண்டையும் ஜைனரும் இயற்றினர். அவர் அப்பெருமாட்டிகு அணிவித்த வேறு அணிகலன்களும் பலப்பல உண்டு.

பௌத்தரும் ஜைனரும் அந்தந்த நாட்டுத் தாய்மொழிகள் வாயிலாகத் தங்கள் கொள்கையைப் பரப்பிய செய்தியை இந்த அதிகாரத்திற் கூறினோம். இனி, தமிழ் நாட்டிலிருந்த பௌத்த பெரியார் யாவர் என்பதை ஆராய்வோம்.

அதிகாரம் 7. தமிழ்நாட்டுப் பௌத்தப் பெரியார்.

1. இளம் போதியார்.

இவர் பெயரைக்கொண்டே இவர் பௌத்தர் என்பதை அறியலாம். இவர் தமிழ் மொழியில் வல்லவர். கடைச்சங்க காலத்தில் இருந்தவர். கி. பி. முதல், அல்லது இரண்டாவது நூற்றாண்டில் இவர் வாழ்ந்திருக்கக்கூடும் என்று தோன்றுகிறது. இவரது வரலாறு வேறொன்றும் தெரியவில்லை. இவர் இயற்றிய செய்யுள் ஒன்று நற்றிணை என்னும் சங்க இலக்கியத்தில் 72-ஆம் பாட்டாகத் தொகுக்கப்பட்டிருக்கின்றது. அப்பாடல் இது:

'பேணுப பேணார் பெரியோர் என்பது
நாணுத்தக் கன்றது காணுங் காலை !
உயிர்ஓர் அன்ன செயிர்தீர் நட்பின்
நினக்கியான் மறைத்தல் யாவது மிகப்பெரி
தழிதக் கன்றால் தானே ! கொண்கன்
யான்யாய் அஞ்சுவல் ! எனினும் தானே
பிரிதல் சூழான் ; மன்னே ! இனியே,
கானல் ஆயம் அறியினும், ஆனா
தலர்வ தன்றுகொல் என்னும் ! அதனால்,
புலர்வது கொல்அவன் நட்(பு)எனா
அஞ்சுவல் தோழி என் நெஞ்சத் தானே !'

2. அறவண அடிகள்.

இவரது வரலாறு மணிமேகலை என்னும் நூலினின்றும் அறியக் கிடக்கின்றது. இவர் காவிரிப்பூம்பட்டினத்தில் நெடுங்காலம்

வாழ்ந்திருந்தவர். இவரது இளமையில் இவர் வடக்கே கங்கை முதல் தெற்கே இலங்கையில் உள்ள பாதபங்கய மலைவரையில் யாத்திரை செய்தவர் என்று தெரிகின்றது. பௌத்த தருமத்தை இவர் நன்கு கற்றவர். அதனோடு அதைப் பலருக்கும் போதித்துவந்தவர். இவர் நாவன்மை படைத்தவர் என்று தோன்றுகின்றது. காவிரிப்பூம்பட்டினத்தில் ஒரு பௌத்தப் பள்ளியின் தலைவராக இருந்தவர். கோவலன் கொலையுண்ட செய்திகேட்டு, மாதவி தன் மகள் மணிமேகலையுடன் இவரது பள்ளியையடைந்து இவரிடம் பௌத்த தர்மங் கேட்டுச் சீலத்தை மேற்கொண்டாள். சோழமன்னன் மனைவி இராசமாதேவி மணிமேகலையைச் சிறைப்பிடித்து வைத்திருந்தபோது, அவளைச் சிறை வீடுசெய்ய இவர் அரண்மனை சென்றார். இவரது வருகையைக் கண்ட இராசமாதேவி மிகுந்த வணக்கத்தோடு இவரை வரவேற்றாள் என்று கூறப்படுவதினின்றும், அரசகுடும்பத்தினராலும் இவர் நன்கு மதிக்கப்பட்டிருந்தவர் என்பது விளங்கும். காவிரிப்பூம்பட்டினத்தில் கடற்பெருக்குண்டானபோது, இவர் அதனைவிட்டு மாதவியுடன் சேரநாட்டு வஞ்சிமாநகரம் சென்று, அங்குச் சிலநாள் தங்கியபின், காஞ்சிமாநகரம் சென்று, கடைநாள் வரையில் அங்கேயே தங்கியிருந்தார். பின்னர், அங்கு வந்த மணிமேகலைக்குப் பௌத்த தருமத்தை ஐயமறப் போதித்தார். நீண்டநாள் வாழ்ந்திருந்த இவர் காஞ்சிமா நகரத்திலே நிர்வாணம் பெற்றார். இவரது காலம் முதல் நூற்றாண்டின் பிற்பகுதியும் இரண்டாம் நூற்றாண்டின் முற்பகுதியும் ஆகும்.

இப்பொழுது காஞ்சீபுரத்தில், அறப்பணஞ்சேரி என்னும் பெயருடைய தெரு ஒன்று இருக்கிறதென்றும், அது அறவணஞ்சேரி என்பதன் மரூஉ என்றும், இந்த அறவணஞ்சேரி என்னும் தெருவில் அறவண அடிகள் வாழ்ந்திருத்தல் கூடுமென்றும், ஆனதுபற்றியே அவர் பெயரால் அறப்பணஞ்சேரி (சேரி=தெரு) என்று வழங்கப் பட்டதென்றும் கூறுவர் வித்வான் ராவ்சாகிப் மு. இராகவ அய்யங்கார்

அவர்கள்.

அறவண அடிகளைப் பிற்காலத்தில் இருந்த தருமபாலர் என்னும் பௌத்தர் என்று கூறுவர் சிலர். தருமபாலர் என்பது அறவண அடிகள் என்பதன் நேர் மொழிபெயர்ப்பு என்று இவர் கருதுவதால், இவ்வாறு கூறுகின்றனர்போலும். அறவண அடிகள் கி. பி. இரண்டாம் நூற்றாண்டில் இருந்தவர். தருமபாலரோ கி. பி. ஆறாம் நூற்றாண்டில் இருந்தவர். இதனால் அறவண அடிகள் வேறு; தருமபாலர் வேறு என்பதை அறியலாம்.

அறவண அடிகள் என்பவர் ஒருவர் உண்மையில் இருந்திலர் என்றும், மணிமேகலையில் கூறப்படுபவர் ஒரு கற்பனைப் பெரியார் என்றும் சிலர் கூறுவர். இவ்வாறு இவர்கள் கூறுவதன் காரணம் யாதெனில், அறவண அடிகள் ஆகாய வழியாகச் சென்றார் என்பதும், மணிமேகலை, மாதவி முதலியவர்களின் பழம்பிறப்பில் இவர் அவர்களைக் கண்டதாகக் கூறப்படுவதுமே. இவை மானிட ஆற்றலுக்கு அப்பாற்பட்ட செய்கைகளாதலின், இவரைக் கற்பனைப் பெரியார் என்பர். இவ்வாறு கருதுவது தவறு என்று தோன்றுகின்றது. இறந்தகால, நிகழ்கால, எதிர்கால நிகழ்ச்சிகளையறிதல், வேறிடங்களுக்கு வானத்தில் பறந்து செல்லுதல் முதலியவை பௌத்தமதக் கொள்கைப்படி பௌத்த தேரர்களுக்கு ஏற்பட்ட இலக்கணங்களாகும். இதனை ரித்தி என்பர். ரித்தி எனினும் சித்தி எனினும் ஒக்கும். பௌத்த மதத்தில்மட்டுமன்று; இந்து மதத்திலும் சங்கராசாரியார், சம்பந்தர் முதலிய பெரியார்களும் மானிட ஆற்றலுக்கப்பாற்பட்ட தெய்விகச் செயலைச் செய்தவர் என்று கூறப்படுகின்றது. அதுகொண்டு இவர்களையும் கற்பனைப் பெரியார் என்று கருதத்தகுமோ? இவற்றை அவ்வச்சமயக் கொள்கை என்று ஒதுக்கிவிடுவோமாயின், அவர்களும் உண்மைப் பெரியாரே என்பது விளங்கும்.

3. மணிமேகலை.

யாம் அறிந்த வரையில், தமிழ் நாட்டுப் பௌத்தப் பிக்ஷுணி இவள் ஒருத்தியே. இவளது வரலாறு மணிமேகலை நூலினால் அறியப்படுகின்றது. காவிரிப்பூம் பட்டினத்தில் செல்வத்திற் சிறந்த கோவலன் என்பவனுக்கும் அவனது காமக் கிழத்தி மாதவி என்பவளுக்கும் பிறந்தவள் மணிமேகலை. இக்குழந்தை செல்வமாக வளர்க்கப்பட்டுத் தக்க வயதடைந்த பின்னர், இசைக்கலை நாடகக்கலைகளைக் கற்றுத் தேர்ந்து மங்கைப்பருவம் அடைந்தது. இந்நங்கையின் கட்டழகினையும், இசைக்கலை நாடகக்கலைகளில் அடைந்துள்ள தேர்ச்சியினையும் கண்டு, சோழ அரசன் மகன் உதயகுமாரன் என்பவன் இவள்மேல் காதல் கொண்டான்.

இவ்வாறிருக்க, மணிமேகலையின் தந்தை கோவலன் மதுரைமா நகரம் சென்று, ஆங்குப் பொய்க்குற்றஞ் சாற்றப் பெற்றுக் கொலையுண்டிறந்தான். கோவலன் இறந்த கொடுஞ் செய்தியைக் கேட்டு மாதவி மனம் நொந்து, உலகினை வெறுத்துத் தன் மகள் மணிமேகலையுடன் அறவண அடிகள் என்னும் பௌத்த பிக்கு இருந்த பௌத்தப் பள்ளியில் சரணடைந்து, பௌத்த சீலத்தை மேற்கொண்டாள். மணிமேகலையை நாடகக்கணிகை வாழ்க்கையில் புகுத்த அவளது பாட்டி சித்திராபதி என்பவள் கடுமையாக முயன்றாள். ஆயினும், மணிமேகலை அந்த வாழ்க்கையில் புக இசையவில்லை. அரசன் மகன் உதயகுமாரனும் அவளைத் தன் காமக்கிழத்தியாக்க முயன்றான். அதற்கும் அவள் உடன்படவில்லை. ஆனாலும், அவன் அவளை விடாமல் அவளிடம் சென்று, அடிக்கடி பிக்குணி கோலத்தை விட்டுவிடும் படி வேண்டினான். மணிமேகலை இலங்கையின் வடபால் உள்ள மணிபல்லவம் சென்று, அங்கிருந்த பாதபீடிகையைத் தொழுது, மீண்டும் காவிரிப்பூம்பட்டினம் வந்தாள். அது முதல் அவள் உலகவறவி என்னும் அம்பலத்தில் சென்று, தான் ஐயமேற்று வந்த உணவை அங்கிருந்த கூனர், குருடர், முடவர் முதலிய எளியவருக்குக் கொடுத்து, அவர்களது

பசிப்பிணியை நீக்கிவந்தாள். இந்தச் செய்தியைக் கேட்ட சோழமன்னன் மணிமேகலையை அழைத்து, அவளது பொதுநல ஊழியத்தைப் பாராட்டி, அவளுக்கு வேண்டிய வரத்தைக் கேட்கச் சொன்னான். அவள் சிறைச்சாலையை அறச்சாலையாக மாற்றியமைக்கவேண்டும் என்று வேண்ட, அவ்வாறே அரசன் செய்தான்.

காயசண்டிகை என்பவள் ஒருத்தி வடநாட்டினின்றும் காவிரிப்பூம்பட்டினம் வந்து பிச்சையேற்றுண்டு வாழ்ந்து வந்தாள். அவள் மணிமேகலையைப் போன்ற உருவம் உடையவள். இந்தக் காயசண்டிகையைத் தேடிக்கொண்டு அவள் கணவன் அந்நகரத்திற்கு வந்தான். அப்போது, உலகவறவி என்னும் அம்பலத்தில் மணிமேகலையுடன் உதயகுமாரன் சொல்லாடிக்கொண்டிருந்தான். அவனுக்கு மணிமேகலை, நிலையாமையைக் கூறித் தன்மேல் அவனுக்குள்ள காதலை விட்டுவிடும்படி கூறிக்கொண்டிருந்தாள். காயசண்டிகையைத் தேடிக்கொண்டு வந்த அவள் கணவன் மணிமேகலையைக் கண்டு, அவள்தான் தன் மனைவியாகிய காயசண்டிகை என்று தவறாகக் கருதி, அவள் இன்னொரு ஆடவனோடு பேசுவதைக் கண்டு பொறானாய்,. உண்மையை அறிய அங்கு ஒரு மூலையில் பதுங்கியிருந்தான். உதயகுமாரன் மணிமேகலையை விட்டுச் சென்று, இரவு வந்தபோது மீண்டும் அவ்விடம் வந்தான். உருவ ஒற்றுமையால் தன் மனைவி என்று தவறாகக் கருதியிருந்தவனாதலின், காயசண்டிகையின் கணவன் இரவில் வந்த உதயகுமாரனை வாளால் வெட்டி வீழ்த்தினான். தன் மனைவி என்று மணிமேகலையைக் கருதியதும், உதயகுமாரன் அரசன் மகன் என்று அறியாததும் இந்நிகழ்ச்சிக்குக் காரணம்.

தவறுதலால் ஏற்பட்ட இந்த நிகழ்ச்சியைப் பொழுது விடிந்த பின்னர் மக்கள் அறிந்தனர். உலகவறவியில் இருந்த முனிவர்கள் இதனை அரசனுக்கு அறிவித்தனர். அரசன் உண்மை அறிந்து, மணிமேகலையை நகரமக்கள் துன்புறுத்தா வண்ணம் காவலில்

வைத்தான். இராசமாதேவி தன் மகன் இறந்தது மணிமேகலையினால் என்று கருதி, அவளுக்கு ஊறு செய்ய நினைத்து, அவளைக் காவலினின்று தன்னிடம் அழைத்துக்கொண்டு, அவளுக்குப் பற்பல துன்பங்களைச் செய்து பார்த்தாள்; ஒழுக்கவீனமுள்ளவள் என்று அலர் தூற்றவும் முயன்றாள். இவற்றிற்கெல்லாம் மணிமேகலை உட்படாமல் தன் நிலையைக் காத்துக்கொண்டாள். இவளது உண்மை நிலையை அறிந்த பின்னர், இராசமாதேவி தன் குற்றத்தை மன்னிக்கும்படி வேண்டிக்கொண்டு மணிமேகலையைச் சிறைவிட்டாள்.

பின்னர், மணிமேகலை, தான் அந்நகரில் இருந்தால் அரசகுமாரன் இறப்பதற்குக் காரணமாயிருந்தவள் என்று ஊரார் குறைகூறுவராதலின், அந்நகரத்தில் இருக்க விரும்பாமல், அறவண அடிகள், மாதவி முதலியவர்களிடம் விடை பெற்றுச் சாவகநாடு சென்றாள். சின்னாள் சென்ற பின்னர், அங்கிருந்த சேர நாட்டின் தலைநகரமான வஞ்சிமா நகர் சென்று, அங்கு வாழ்ந்திருந்த பற்பல சமயத்தவரையுங் கண்டு, அவ்வவர்களின் சமய உண்மைகளை அறிந்தாள். அவற்றால் ஒன்றும் மனம்தேறாமல், கடைசியாகக் காஞ்சிமா நகருக்குச் சென்று, அங்கு வந்திருந்த அறவண அடிகளிடம் பௌத்த தரும மெய்ப்பொருளைக் கேட்டு உணர்ந்து, நெடு நாள் நோற்று, கடைசியில் அவ்வூரிலேயே காலமானாள்.

மணிமேகலையின் காலம் கி. பி. இரண்டாம் நூற்றாண்டு.

மணிமேகலை வரலாற்றிலும், பௌத்தமதக் கொள்கைப்படி, வானத்தில் பறந்து செல்லுதல், அமுத சுரபி என்னும் சிறு பாத்திரத்தினின்றும் நினைத்த போதெல்லாம் வேண்டிய அளவு உணவை உண்டாக்கிக் கொடுத்தல் முதலிய ரித்திகள் கூறப்பட்டிருக்கின்றன. இவற்றை உண்மை என்று கொள்ளாமல் சமயக்கொள்கை என்று ஒதுக்கிவிடுவர் பகுத்தறிவாளர்.

காஞ்சீபுரத்துக்கு அருகில், மணிமேகலை அம்மன் கோயில் ஒன்று இருக்கிறதாகத் தெரிகின்றது. மணிமேகலைக் காவியத்தில் கூறப்படும் மணிமேகலை காஞ்சீபுரத்தில் உயிர் நீத்ததாகக் கூறப்படுவதிலிருந்தும், காஞ்சீபுரத்தில் இப்போது மணிமேகலை அம்மன் கோயில் இருப்பதிலிருந்தும், இரண்டுக்கும் தொடர்புண்டாயிருக்கக் கூடுமோ என்கிற ஐயம் உண்டாகிறது.

மணிமேகலை என்னும் பெயருள்ள பௌத்த தெய்வம் ஒன்றுண்டு. அதன் வரலாற்றினை நாலாம் தொடர்புரையிற் காண்க.

4. *சீத்தலைச் சாத்தனார்.*

இவர் பௌத்தர் என்பதை இவரது பெயரே விளக்குகின்றது. புத்தருக்குரிய பெயர்களுள் சாஸ்தா என்பதும் ஒன்று. இச்சொல் திரிந்து தமிழில் சாத்தன் என்று வழங்குகின்றது. சீத்தலை என்னும் அடை மொழிகொண்டு சீ வழிந்தோடும் புண்ணுடைய தலையர் இவர் என்றும், பிறர் பாடும் பாட்டுக்களிற் குற்றங்கண்டால் அக்குற்றத்தைப் பொறாமல், எழுத்தாணியால் தமது தலையைக் குத்திக் கொள்ள, அதனால் எப்போதும் இவர் தலையில் புண் இருந்து சீப்பிடித்திருந்தது என்றும் பொருந்தாக் கதைகளைக் கூறுவர். சீத்தலை என்னும் ஊரைச் சேர்ந்தவராகையால் இவருக்குச் சீத்தலை என்னும் அடை மொழி கொடுக்கப் பட்டதென்று கூறுவார் கூற்று பொருத்தமாகத் தோன்றுகின்றது. மதுரைமாநகரில் இவர் கூலவாணிகம் செய்திருந்தமைபற்றி இவரை மதுரைக் கூலவாணிகர் சாத்தனார் என்றும் கூறுவர்.

சீத்தலைச் சாத்தனார் என்று இவர் வழங்கப்படுதல் பற்றி, சீத்தலை என்னும் ஊரில் கிராமதேவதையாகக் கோயில்

கொண்டிருந்த ஐயனாரின் பெயராகிய சாத்தன் என்னும் பெயரே இவருக்குப் பெயராக அமைந்தது என்று வேறு சிலர் கூறுவர். இது பொருத்தமாகத் தோன்றவில்லை. (சாத்தனார் என்னும் தொடர்புரையைக் காண்க.)

சாத்தன் என்னும் பெயர் தமிழ் நாட்டில் பண்டைக் காலத்தில் பெரும்பான்மையோருக்கு வழங்கிவந்தது. சங்ககாலப் புலவர்களில்மட்டும் இருபது பேருக்கு மேற்பட்டவர் சாத்தன் என்னும் பெயரைக் கொண்டவர்கள். ஆகவே, இவர்கள் ஒவ்வொருவரையும் வெவ்வேறு அடைமொழியுடன் சங்க நூல்கள் குறிப்பிடுகின்றன. நமது சாத்தனாருக்கும் அவ்வாறே சீத்தலை, மதுரைக் கூலவாணிகர் என்னும் அடைமொழிகள் கொடுக்கப்பட்டுள்ளன.

செந்தமிழ்ப் புலமை வாய்ந்த இவர் வாணிக முயற்சியை மேற்கொண்டிருந்தார். எனவே, புலவர் என்கிற முறையிலும், வணிகர் என்கிற முறையிலும் இவர் பல நாடுகளைச் சுற்றிப் பார்த்தவராதல்வேண்டும். எங்ஙனமெனில், அக்காலத்து வழக்கப்படி, தமிழ் நாட்டுப் புலவர்கள் வறியராயினும் செல்வராயினும் வெவ்வேறு நாடுகளுக்குச் சென்று, அவ்வந்நாட்டிலுள்ள அறிஞரோடு கலந்து உறவாடுவது வழக்கம். வியாபாரிகளும் வாணிக சம்பந்தமாக அயல் நாடுகளுக்குச் சரக்குக் கொள்ளவும் விற்கவும் போவது இயற்கை. அன்றியும், பொதுவாக வாணிகர்களுக்குத்தான் பொதுப்படையான பல செய்திகள் அறிய முடியும். இவர் பல நாடுகளுக்குச் சென்றவர் என்பது இவர் இயற்றிய மணிமேகலையில், புகார், மதுரை, வஞ்சி, காஞ்சீபுரம் முதலிய ஊர்களைப் பற்றிக் கூறியிருக்கும் முறையினின்று நன்கு தெரிய வருகின்றது. சேர நாட்டினை அரசாண்டிருந்த செங்குட்டுவனுக்கும், அவனது தம்பியாராகிய இளங்கோவடிகளுக்கும் இவர் உற்ற நண்பர். இவர் காலத்தில்தான் கோவலன் பாண்டி நாட்டில் கொலையுண்டான். கோவலன்,. கண்ணகி இவர்களின் செய்தியை இவர்

செங்குட்டுவனுக்கும் இளங்கோவடிகளுக்கும் சொல்ல, அதைக் கேட்ட செங்குட்டுவன் கண்ணகியின் கற்பினைப் பாராட்டி, அவளுக்குக் கோயில் அமைத்தான்; இளங்கோ அடிகள் அவ்வரலாற்றினைச் சிலப்பதிகாரம் என்னும் காப்பியமாக இயற்றி, இவர் முன்னிலையில் அரங்கேற்றினார். சிலப்பதிகாரத்தின் தொடர்ச்சியாகிய மணிமேகலை என்னும் காப்பியத்தை இவர் இயற்றி, இளங்கோ அடிகள் முன்னர் அரங்கேற்றினார்.

மணிமேகலையை இயற்றியதுமன்றி, வேறுசில செய்யுள்களையும் இவர் இயற்றியிருக்கின்றார். அவை சங்கநூல்களுள் தொகுக்கப்பட்டுள்ளன. நற்றிணையில் மூன்று, குறுந்தொகையில் ஒன்று, புறநானூற்றில் ஒன்று, அகநானூற்றில் ஐந்து.

சங்கநூல்களில் தொகுக்கப்பட்டுள்ள மேற்படிச் செய்யுள்களின் நடையிலும், மணிமேகலையின் நடையிலும் வேறுபாடு காணப்படுவதுகொண்டு இவ்விருவகைச் செய்யுளையும் இயற்றியவர் ஒருவர்தாமோ என்று சிலர் ஐயுறுவர். ஒரே புலவர், தாம் மேற்கொண்ட நோக்கத்தை நிறைவேற்ற வெவ்வேறு நடையில் செய்யுள் செய்யக் கூடுமன்றோ? ஆனால், ஒருவரே வெவ்வேறு நடையில் செய்யுள் இயற்றுவது தேர்ந்த புலவருக்குமட்டுந்தான் இயலும் என்பது உண்மையே. சீத்தலைச்சாத்தனார், புலவர் உலகம் ஏற்றுக்கொள்ளத்தக்க நடையில் அகப்பொருள், புறப்பொருள் பொதிந்த சில செய்யுள்களை இயற்றினார். ஆனால், புலவர் உலகத்துக்காகமட்டும் அன்று, பாமர உலகத்துக்காகவும் அவர் மணிமேகலையை இயற்றினார். ஆகலின், இது சிறிது எளிய நடையில் அமைக்கப்பட்டது. தமது மதக்கொள்கையை ஒருசிறு கூட்டத்துக்கு மட்டும் தெரிவிப்பது தவறு என்பதும், எல்லா மக்களுக்கும் அதை அறிவிப்பதுதான் சிறந்தது என்பதும் பௌத்தர்கள் கருத்து. ஆகவே, பௌத்தமதக் கொள்கை நிறைந்த மணிமேகலையை இவர் வேண்டுமென்றே சிறிது

எளிய நடையில் இயற்றினார் என்று கருதுவதே பொருத்தமானது.

இவர் தாம் இயற்றிய மணிமேகலையில்,

' தெய்வந் தொழாஅள் கொழுநற் றொழுதெழுவாள்
பெய்யெனப் பெய்யும் பெருமழை என்றவப்
பொய்யில் புலவன் பொருளுரை தேறாய் '

என்று திருக்குறளை மேற்கோள் காட்டித் திருவள்ளுவரைப் புகழ்கின்றபடியால், இவர் திருவள்ளுவருக்குப் பிற்காலத்தவராவர். இவரது காலம் கி. பி. இரண்டாம் நூற்றாண்டின் பிற்பகுதி. மணிமேகலை நூலின் காலம் என்னும் தொடர்புரை காண்க.

5. சங்க மித்திரர்.

இவர் சோழநாட்டைச் சேர்ந்த தமிழர். இவரது சமயக்கொள்கை மகாயான பௌத்தம். இவர் சோழ நாட்டில் வாழ்ந்திருந்த காலத்தில், இலங்கையில் கோதாபயன் என்றும், மேகவர்ணாபயன் என்றும் பெயருள்ள அரசன் அரசாண்டுவந்தான். இந்த அரசன் கி. பி. 302 முதல் 315 வரையில் அரசாண்டான். இவன் காலத்தில், இலங்கையின் தலைநகரான அநுராதபுரத்தில், அபயகிரி விகாரையில் இருந்த அறுபது பிக்ஷுக்கள் வைதுல்ய மதத்தை மேற்கொண்டிருந்தபடியால், அவர்களை அரசன் அக்கரைக்கு, அதாவது தமிழ் நாட்டில், நாடு கடத்தி விட்டான். இலங்கை மன்னன் ஈனயான பௌத்த மதத்தைச் சேர்ந்தவன், ஆகையால், மாறான மகாயான பௌத்தமான வைதுல்ய மதத்தைத் தனது நாட்டில் பரவவிடக்கூடாது என்னும் நோக்கத்தோடு, அப்பிக்ஷுக்களைத் தமிழ் நாட்டிற்குத் துரத்திவிட்டான். நாடு கடத்தப்பட்ட பிக்ஷுக்கள் சோழ நாட்டிற்கு வந்தார்கள்.

இவர்கள் நாடு கடத்தப்பட்டுச் சோழ நாட்டுக்கு வந்த காரணத்தையறிந்த சங்கமித்திரர் தாமும் வைதுல்ய (மகாயான) பௌத்த மதத்தைச் சேர்ந்தவராதலின், தமது மதத்தை இலங்கையில் நாட்டவேண்டும் என்னும் உறுதி கொண்டு இலங்கைக்குச் சென்றார். சென்று வைதுல்ய மதத்தைப் போதித்தார். இதையறிந்த ஈனயான பௌத்த பிக்ஷுக்கள் அரசனிடத்தில் முறையிட்டார்கள். அரசன் சங்க மித்திரரையும் ஈனயான பிக்ஷுக்களின் தலைவரான சங்கபாலர் என்பவரையும் அழைத்துத் தனது முன்னிலையில் வாது செய்க என்றும், யார் வாதில் வெற்றிபெறுகிறாரோ அவரது மதந்தான் சிறந்தது என்றும் கூறினான். இருவருக்கும் அரசன் அவைக்களத்தில் வாதப்போர் நிகழ்ந்தது. வாதத்தில் தமிழரான சங்க மித்திரரே வெற்றி பெற்றார். இலங்கை வேந்தன் சங்கமித்திரரரின் ஆழ்ந்த கல்வியறிவைப் பாராட்டி இவரை ஆதரித்தான். ஆதரித்ததுமட்டும் அன்றி, தமது பிள்ளைகளான ஜேத்த திஸ்ஸன், மகாசேனன் என்னும் இருவருக்கும் கல்வி கற்பிக்க இவரை ஆசிரியராக நியமித்தான். சங்கமித்திரர்,. இவ்விருவரில் இளையவனான மகாசேனனிடத்தில் அதிக அன்பு பாராட்டினபடியால், மூத்தவனான ஜேத்த திஸ்ஸன் இவரிடம் பகைமை பாராட்டிவந்தான். இவர் அரசனிடம் பெற்றிருந்த செல்வாக்கைக்கொண்டு வைதுல்ய மதத்தை இலங்கையில் பரப்ப முயற்சி செய்தார்.

இவ்வாறிருக்க, மேகவர்ணாபயன் காலஞ்சென்றான். அரசுரிமை மூத்த மகனான ஜேத்த திஸ்ஸன் ஏற்று, அரசு கட்டில் ஏறினான். ஏறினவுடன் மந்திரிகளில் சிலரைக் கொலைசெய்துவிட்டான். இதைக் கண்ட சங்க மித்திரர் தமது மாணவனான இவன் ஏற்கனவே தம்மிடம் பகைமை பாராட்டிவந்தவனாதலின், தம்மையும் கொன்றுவிடுவானோ என்று அஞ்சிச் சோழ நாட்டிற்கு வந்துவிட்டார். பிறகு, பத்து ஆண்டு வரையில் இலங்கை செல்லவே இல்லை. பத்து ஆண்டு கழிந்த பின்னர், ஜேத்த திஸ்ஸன் இறந்து விட்டான். அப்போது அரசுரிமையை

இவரது அன்புக்குரிய மாணவனான மகாசேனன் மேற்கொண்டான். இச்செய்தி அறிந்த சங்கமித்திரர் சிங்களநாடு சென்று, தமது மாணவனாகிய அரசனுக்குத் தமது கையினாலேயே முடி சூட்டினார். அதுமுதல் இலங்கையில் தங்கி மீண்டும் தமது வைதுல்ய மதத்தைப் பரப்ப முயற்சி செய்தார்.

மகாவிகாரை என்னும் பௌத்தப் பள்ளியில் வாழும் ஈனயான பிக்ஷுக்கள் உண்மையான பௌத்த மதத்தைப் போதிக்கவில்லை என்று இவர் அரசனிடம் குற்றம் சாற்றினார். அரசன் இவர் சொல்லைத் தவறாதவன் ஆகையால், மகாவிகாரையில் வாழும் பிக்ஷுக்களுக்கு நகர மக்கள் உணவு கொடுக்கக்கூடாதென்றும், மீறிக்கொடுப்பவர்களுக்கு நூறு பொன் அபராதம் விதிக்கப்படும் என்றும் கட்டளையிட்டான். இதன் காரணமாக மகாவிகாரையிலிருந்த ஈனயான பிக்ஷுக்கள் உண்ண உணவு கிடைக்கப்பெறாமல் நகரத்தை விட்டு இலங்கையின் தென்பகுதிக்குப் போய் விட்டார்கள். போய்விடவே, மகாவிகாரைப்பள்ளி உரியவரின்றிக் கிடக்கிறபடியால், அது அரசனுக்குரிய பொருளாய் விட்டது என்று சங்க மித்திரர் அரசனுக்குத் தெரிவிக்க, அரசன் அதனை இவரிடத்திலே ஒப்படைத்தான். சங்க மித்திரர் அந்த விகாரையை இடித்து, அப்பொருள்களைக் கொண்டு தமது கொள்கையைச் சேர்ந்த பிக்ஷுக்கள் வாழும் அபயகிரி விகாரையைப் புதுப்பித்துப் பெரியதாகக் கட்டினார். இச்செய்கைக்குச் சோணன் என்னும் மந்திரியும்
துணையாயிருந்தான். இவற்றையெல்லாம் அறிந்த அரசனுடைய மனைவியர்களுள் ஒருத்தி - அவனால் அதிகமாகக் காதலிக்கப்பட்டவள் - இலங்கைத் தீவின் பழைய மதமாகிய ஈனயான பௌத்த மதத்தைப் பின்பற்றி நடப்பவளாதலின், அபயகிரி விகாரையிலிருந்த பிக்ஷுக்களைத் துரத்திவிட்டு, அந்த விகாரையையும் இடித்தொழித்த சங்க மித்திரரையும் அவருக்குத் துணையாயிருந்த மந்திரி சோணனையும் கொன்றுவிடும்படி சிலரை ஏவினாள். அவர்கள்

மந்திரியையும் சங்கமித்திரரையும் கொலை செய்துவிட்டார்கள். இந்தச் செய்திகள் மகாவம்சம் 36, 37 -ஆம் அதிகாரங்களில் சொல்லப்பட்டிருக்கின்றன.

சங்கமித்திரர் வைதுல்ய மதத்தை நன்கு கற்று, அதன் வழி ஒழுகியதோடு, அந்த மதத்தைச் சிங்களத்தீவிலும் பரவச் செய்ய முயன்றார். பௌத்த மதக் கொள்கைகளை நன்கு அறிந்தவர். இவரது வரலாறு வேறு ஒன்றும் தெரியவில்லை. இவர் ஏதேனும் நூல் இயற்றியிருக்கிறாரா என்பதும் தெரியவில்லை. கி. பி. நான்காம் நூற்றாண்டின் முற்பகுதியில் இவர் வாழ்ந்திருந்தவரென்று அறிகிறோம்.

சைவ சமய குரவர்களில் ஒருவரான மாணிக்கவாசகர் இலங்கை வேந்தன் ஒருவனைச் சைவ சமயத்தில் புகச்செய்தார் என்னும் வரலாறும், சங்கமித்திரர் இலங்கை மன்னனை வைதுல்ய மதத்தில் புகச்செய்த வரலாறும் ஒத்திருத்தலின், சங்கமித்திரர் என்று மகா வம்சம் கூறுவது மாணிக்கவாசகரைக் குறிக்கும் என்று திரு கே. ஜி. சேஷையர் என்பவர் ஒரு திங்கள் வெளியீட்டில் எழுதியிருக்கிறார். (Tamilian Antiquary Vol I. No. 4. P. 54.). இவர் கருத்தையே உண்மை எனக் கொண்டு ஸ்மித் என்னும் சரித்திர ஆசிரியரும் எழுதியிருக்கிறார். அவர், இலங்கை வேந்தனை மாணிக்கவாசகர் சைவமதத்தில் சேர்த்தார் என்பதை ஆதாரமாகக் கொண்டு, அந்த அரசன் மகாவம்சத்தில் கூறப்பட்ட கோதாபயனாக இருக்கக்கூடும் என்றும், மகாவம்ச ஆசிரியர் சைவராகிய மாணிக்கவாசகரைப் புத்தபிக்ஷு சங்கமித்திரர் என்று தவறாக எழுதியிருக்கக்கூடும் என்றும் கூறுகிறார். (The Early History of India : Page 246-7, Third Edition : V.A. Smith.) இவ்விருவர் கருத்துக்களும் தவறு என்பது எமது கொள்கை. ஏனென்றால், மாணிக்கவாசகர் இலங்கைக்குச் சென்று இலங்கை மன்னனை சைவ சமயத்தில் சேர்த்ததாக அவர் வரலாற்றில் காணப்படவில்லை. இலங்கை மன்னன் சிதம்பரத்திற்கு வந்தபோது அவனை மதம் மாற்றியதாகச் சொல்லப்பட்டிருக்கிறது. சங்க மித்திரரோ நேரே இலங்கைக்குச்

சென்று அந்த நாட்டரசனை மதம் மாறச் செய்தார். அன்றியும், சங்கமித்திரர் இலங்கையில் கொல்லப்பட்டிறந்தார். மாணிக்கவாசகரோ சிதம்பரத்தில் சிவகதியடைந்தார். இக்காரணங்களினால் சங்கமித்திரரும் மாணிக்கவாசகரும் ஒருவரே என்று கூறுவது பொருத்தமாகத் தோன்றவில்லை.

6. நாதகுத்தனார்.

இப்பெயர் நாதகுப்தனார் என்பதன் திரிபு போலும். இவர் குண்டலகேசி என்னும் காப்பியத்தைத் தமிழில் இயற்றியவர். இவர் இந்தக் காவியத்தின் ஆசிரியர் என்பது, நீலகேசி (மொக்கல வாதச் சருக்கம் 78 -ஆம் பாட்டின்) உரையில், புழுக்குலந் தம்மால் நுகரவும் வாழவும் பட்டவினைய வுடம்பு என்னும் அடியை மேற்கோள் காட்டி, இதனை நாதகுத்தனார் வாக்கு என்று குறிப்பிட்டிருப்பதிலிருந்தும் அறியப்படும். மேற்கோள் காட்டப்பட்ட இப்பகுதி குண்டலகேசிச் செய்யுளிலிருந்து எடுக்கப்பட்டது. அச்செய்யுள் இது:

' எனதெனச் சிந்தித்தலான் மற்றிவ்வுடம் பின்பத்துக்காமேல் திணைப்பெய்த புன்கத்தைப் போலச் சிறியவு மூத்தவுமாகி நுழைய புழுக்குலந்தம்மால் நுகரவும் வாழவும் பட்ட இனைய வுடம்பினைப் பாவி யாளென தென்னலு மாமோ. '

நாதகுத்தனாரைப் பற்றிய வரலாறு வேறொன்றும் தெரியவில்லை. குண்டலகேசி என்னும் பௌத்த பிக்குணி ஒருத்தி, வடநாட்டில் இருந்த ஆவணம் என்னும் ஊரில் நாதகுத்தனார் என்னும் ஆருகத சமயத்தவரை வாதில் வென்றதாக நீலகேசி உரையினால் தெரிகிறது. ஆருகதராகிய அந்த நாதகுத்தனார் வேறு. குண்டலகேசியின் ஆசிரியரும் பௌத்தருமாகிய இந்த நாதகுத்தனார் வேறு.

நீலகேசி என்னும் ஜைனநூல் கி. பி. ஐந்தாம் நூற்றாண்டுக்கு

முற்பட்டதென்று கூறப்படுவதால், குண்டலகேசியும் ஐந்தாம் நூற்றாண்டுக்கு முற்பட்டதாதல்வேண்டும். ஏனென்றால், குண்டலகேசியை மறுப்பதற்காகவே நீலகேசி இயற்றப்பட்டதென்பது வரலாறு. ஆகவே, குண்டலகேசியின் ஆசிரியராகிய நாதகுத்தனாரும் கி. பி. ஐந்தாம் நூற்றாண்டுக்கு முற்பட்டவராதல்வேண்டும்.

7. புத்ததத்த தேரர்.

இவர் சோழநாட்டவர். இலங்கையில் அநுராதபுரத்திலிருந்த மகாவிகாரையில் இவர் சிலகாலம் தங்கியிருந்தார். பின்னர், கவீரபட்டினம் (காவிரிப்பட்டினம்), உரகபுரம் (உறையூர்), பூதமங்கலம், காஞ்சீபுரம் முதலான ஊர்களில் வாழ்ந்துவந்தார். தாம் பிறந்த சோழ நாட்டினைத் தமது நூல்களில் பாராட்டிக் கூறியிருக்கின்றார். காவிரிப்பூம்பட்டினம் துறைமுகப்பட்டினமென்றும், செல்வத் தொகுதியும் மக்கட்கூட்டமும் நெருங்கிய இடமென்றும், அப்பட்டினத்தில் இவர் தங்கியிருந்த பௌத்தப்பள்ளி நெடுஞ்சுவர்களால் சூழப்பட்டுப் பெரியவாயில்களை உடையதென்றும், பள்ளிக்கட்டிடங்கள் பெரியனவாய் வெண்சுதை பூசப்பெற்றுக் கயிலாயம்போல் வெண்ணிறமாக விளங்குமென்றும் அபிதம்மாவதாரம் என்னும் நூலில் இவர் எழுதியிருக்கின்றார்.

காவிரிப்பூம்பட்டினத்துப் பௌத்தப்பள்ளியில் இருந்த போது, தமது மாணவராகிய புத்த சீகா என்பவர் வேண்டுகோளின்படி புத்தவம்சாத்தகாதை என்னும் நூலையும், சுமதி என்பவர் வேண்டுகோளின்படி, அபிதம்மாவதாரம் என்னும் நூலையும் இயற்றினார். சோழநாட்டுப் பூதமங்கலம் என்னும் ஊரில் கண்ண தாசர், அல்லது வேணுதாசர் (இவர் வைணவராக இருந்து பின்னர்ப் பௌத்தர் ஆனார் போலும்) என்பவாரல் கட்டப்பட்ட பௌத்தப் பள்ளியில் தங்கியிருந்தபோது, இவர் வினய வினிச்சயம் என்னும் நூலைப் புத்த சீகா என்பவர்

வேண்டுகோளின்படி இயற்றினார். அன்றியும், இலங்கையில் வாழ்ந்திருந்த மகாதேரர் சங்கபாலர் என்பவர் வேண்டுகோளின்படி, உத்தர வினிச்சயம் என்னும் நூலினைச் செய்தார். அன்றியும், புத்தவம்சம் என்னும் நூலுக்கு மதுராத்த விலாசினீ என்னும் உரையையும், ரூபாரூப விபாகம், ஜினாலங்காரம் என்னும் நூல்களையும் இயற்றியிருக்கின்றார். இலங்கையிலும் இந்தியாவிலும் உள்ள பௌத்தர்களால் இவர் மிகவும் போற்றப்படுபவர்.

பேர்பெற்ற புத்த கோஷர் என்னும் பௌத்த ஆசிரியரும் இவரும் தற்செயலாக ஒருவரை ஒருவர் கண்டு உரையாடியதாகக் கூறப்படுவதாலும், புத்தகோஷர் முதலாவது குமார குப்தன் என்னும் அரசன் காலத்தில் வாழ்ந்திருந்தவராகையாலும், சோழ நாட்டை ஆண்ட அச்சுத நாராயணன், அல்லது அச்சுத விக்கந்தன் என்னும் களபர (களம்ப) அரசனும் மேற்படி குமார குப்தனும் ஒரே காலத்தவராகையாலும், புத்ததத்த தேரரை அச்சுத விக்கந்தன் ஆதரித்தவனாகையாலும், இவர் கி. பி. ஐந்தாம் நூற்றாண்டில் வாழ்ந்தவர் ஆவர்.

8. போதி தருமர்.

இவர் காஞ்சீபுரத்தை அரசாண்ட ஓர் அரசனுடைய குமாரர். இவர் தியான மார்க்கம் என்னும் பௌத்த மதப்பிரிவைச் சேர்ந்தவர். சீன தேசம் சென்று, அங்குத் தமது கொள்கையைப் போதித்துவந்தார். இவரது கொள்கை சங்கரரின் அத்வைதமதக் கொள்கையைப் போன்றது. இவர் கி. பி. 520 -இல் சீன தேசத்துக் காண்டன் பட்டினத்தைச் சேர்ந்ததாகக் கூறுவர். வேறு சிலர் கி. பி. 525 -இல் சீனதேசம் சென்றதாகக் கூறுவர். அக்காலத்தில் சீனதேசத்தை ஆண்டுவந்த லியாங் குடும்பத்தைச் சேர்ந்த ஊ-டி (Wu Ti) என்னும் அரசன் அவைக்களத்தில் இவர் தமது தியான மார்க்கத்தைப்

போதித்தார். இந்த அரசன் கி. பி. 502 முதல் 549 வரை அரசாண்டவன். பௌத்த மதத்தில் மிகுந்த பற்றுள்ளவன். பின்னர், இந்த அரசனுக்கும் இவருக்கும் மனத்தாங்கல் ஏற்பட, சீனதேசத்தின் வடபகுதியிற் சென்று இவர் தமது கொள்கையைப் பரப்பியதாகக் கூறுவர். இவருக்குப் பிறகு, இவர் போதித்த மதம் சீன தேசத்திலும் ஜப்பான் தேசத்திலும் சிறப்புற்றது. இவரது தியான மார்க்கத்துக்கு ஜப்பானியர் ஸென் (Zen) மதம் என்றும், சீனர் சான் (Ch an) மதம் என்றும் பெயர் கூறுவர். போதி தருமரைச் சீனர் தமக்குரிய இருபத்தெட்டுச் சமய குரவர்களில் ஒருவராகக் கொண்டிருக்கின்றார். இவரைச் சீனர் டா-மொ (Ta mo) என்பர். இவரது மாணவர் சீனராகிய ஹ¨ய்-கெ-ஓ (Hui-K O) என்பவர். போதி தருமர் சீன தேசத்தில் தமது மதத்தைப் போதித்த பிறகு, ஜப்பான் தேசத்துக்குச் சென்றதாகவும், அங்குக் கடோகயாமா (Kataoka Yama) என்னும் இடத்தில் ஷோடகுடாய்ஷி (Shotoku Taishi) என்பவர் இவரைக் கண்டு உரையாடியதாகவும் ஜப்பான் தேசத்து வரலாறு கூறுகின்றது. ஜப்பான் தேசத்திலும் சீன தேசத்திலும் இவருக்குக் கோயில்கள் உண்டு. இந்தக் கோயில்களில் இரவும் பகலும் எண்ணெய் விளக்குகள் எரிந்துகொண்டிருக்கின்றன. (படம் 9 காண்க.)

படம் 9.

போதி தருமர்.

9. தின்னாகர் (திக்நாகர்).

இவர் காஞ்சீபுரத்தைச் சேர்ந்தவர். இளமையிலேயே தருக்கம் முதலான நூல்களைப் பயின்று, பின்னர் வடநாட்டில்

வாழ்ந்திருந்த வசுபந்து என்பவரிடம் பௌத்த சமய நூல்களில் சிலவற்றைக் கற்றார். பின்னர், நளாந்தைப் பல்கலைக் கழகஞ் சென்று பல நாள் தங்கியிருந்து, அங்கும் பல நூல்களைக் கற்றார். தர்க்க நூலில் இவர் நன்கு பயின்றவர். இவர் பற்பல தேசம் சென்று தர்க்கவாதம் செய்து, கடைசியாக மீண்டும் காஞ்சீபுரம் வந்து வாழ்ந்திருந்தார். காஞ்சீபுரம் திரும்புவதற்கு முன்னரே, ஒரிசா தேசத்தில் காலஞ்சென்றார் என்றும் சிலர் கூறுவர். இவர் பௌத்த மதத்தில் விஞ்ஞானவாதப் பிரிவை உண்டாக்கினார் என்பர். நியாயப் பிரவேசம், நியாயத் துவாரம் என்னும் இரண்டு தர்க்க (அளவை) நூல்களை வட மொழியில் இயற்றியிருக்கின்றார். இவரது மாணவர் சங்கர சுவாமி என்பவர். இன்னொரு மாணவர், நளாந்தைப் பல்கலைக் கழகத்தின் தலைமைப் பேராசிரியராக விளங்கிய ஆசாரிய தரும பாலர் (கி. பி. 528 - 590) என்பவர். இவர் வசுபந்து என்பவரிடம் சில நூல்களைக் கற்றார் என்று கூறப்படுகின்றபடியால், இவர் வசுபந்து காலத்தவராவர். வசுபந்து கி. பி. 420 முதல் 500 வரை இருந்தவர். சமுத்திரகுப்தன் என்னும் அரசனால் ஆதரிக்கப்பட்டவர். அவன் சபையில் காளிதாசருடன் ஒருங்கிருந்தவர். எனவே, அவரது மாணவராகிய திக்நாகர் ஐந்தாம் நூற்றாண்டின் பிற்பகுதியிலும், ஆறாம் நூற்றாண்டின் முற்பகுதியிலும் வாழ்ந்திருந்தவராதல்வேண்டும்.

10. தருமபால ஆசாரியர் (கி. பி. 528 - 560).

இவர் காஞ்சீபுரத்தில் படராதித்த விகாரை என்னும் பௌத்தப்பள்ளியில் இருந்த தருமபால ஆசாரியரின் வேறானவர். இவர் காஞ்சீபுரத்து அரசனிடம் மந்திரியாயிருந்த ஒருவரின் மூன்றாவது குமாரர். இவருக்குத் தக்க வயது வந்தகாலத்தில் காஞ்சி மன்னன் இவருக்குத் திருமணம் செய்விக்க ஏற்பாடு செய்தான். ஆனால், இவர் உலகத்தை வெறுத்தவராய், ஒருவருக்குஞ் சொல்லாமல் ஒரு பௌத்த

மடத்தையடைந்து துறவு பூண்டு பௌத்த பிக்ஷு ஆனார். பின்னர், பல நாடுகளில் யாத்திரை செய்து தமது கல்வியை மேன்மேலும் வளர்த்துக்கொண்டார். இவர் கல்வியிலும் அறிவிலும் மேம்பட்டவர்.

ஆசாரிய தருமபாலர் தின்னாக (திக்நாக)ரிடத்திலும் சமயக் கல்வி பயின்றார் என்பர்.

இவர் வட நாடுகளில் சுற்றுப் பிரயாணஞ் செய்த போது, கௌசாம்பி என்னும் இடத்தில் பௌத்தருக்கும் ஏனைய மதத்தாருக்கும் நிகழ்ந்த சமயவாதத்தில் பௌத்தர்களால் எதிர்வாதம் செய்ய முடியாமற்போன நிலையில், இவர் சென்று தனித்து நின்று பௌத்தர் சார்பாக வாது செய்து வெற்றி பெற்றார். அதனோடு அமையாமல், எதிர்வாதம் செய்தவர்களையும் அவைத்தலைவராக வீற்றிருந்த அரசனையும் பௌத்த மதத்தில் சேர்த்தார். இதனால் இவர் புகழ் எங்கும் பரவியது. மற்றொருமுறை, நூறு ஈனயான பௌத்தர்களுடன் ஏழுநாள் வரையில் வாது செய்து வெற்றிபெற்றுத் தமது மகாயான பௌத்தக் கொள்கையை நிலைநாட்டினார். மகாயான பௌத்தர்கள் இவரைத் தமது மதத்தை நிலை நிறுத்த வந்த சமயகுரவரெனப் போற்றினார்கள். இவர் பௌத்தமத நூல்களையும் ஏனைய மத நூல்களையும் கற்றுத் தேர்ந்து பேராசிரியராக விளங்கினமையால், அக்காலத்தில் வட இந்தியாவில் இருந்த உலகமெங்கும் பேர் பெற்று விளங்கிய நளாந்தைப் பல்கலைக் கழகத்தின் தலைமைப் பேராசிரியராக இவரை ஏற்படுத்தினார்கள். நளாந்தைப் பல்கலைக் கழகத்தின் தலைமைப் பதவி யாருக்கும் எளிதில் வாய்ப்பதொன்றன்று. துறைபோகக் கற்றுத் தேர்ந்த அறிஞர்களுக்குத்தான் அப்பதவி வாய்க்கும். இவர்க்கு இத்தலைமைப் பதவி கொடுத்ததிலிருந்து அக்காலத்து மக்கள் இவரை எவ்வளவு உயர்வாக மதித்தனர் என்பது நன்கு விளங்கும்.

இவருக்குப் பிறகு அப்பல்கலைக் கழகத்தின் தலைமை ஆசிரியராக விளங்கிய புகழ்படைத்த சீலபத்திரர் என்பவர் இவரிடம் பயின்ற மாணவர்களில் தலைசிறந்தவர். தரும பாலர் நளாந்தைக் கழகத்தின் தலைமையாசிரியராய் வீற்றிருந்த காலத்தில், தமிழ் நாட்டிலிருந்து ஒருபிராமணர் அங்குச் சென்று இவரைத் தம்முடன் வாது செய்ய அழைத்தார். இவர், தமது மாணவராகிய சீல பத்திரரை அப்பிராமணருடன் வாது செய்யச் செய்து அவரைக் கடுமையாகத் தோல்வியுறச் செய்தார். இந்தச் சீலபத்திரரிடத்தில்தான் சீன யாத்திரிகரான யுவாங் சுவாங் என்பவர் சம்ஸ்கிருதம் பயின்றார். சீலபத்திரர் கி. பி. 585 முதல் 640 வரையில் தலைமையாசிரியராக நளாந்தைக் கழகத்தில் இருந்தவர். இந்தத் தருமபால ஆசாரியர் ஏதேனும் நூல் இயற்றினாரா என்பது தெரியவில்லை.

தருமபாலர் இளமையிலேயே, அதாவது தமது 32 -ஆவது வயதில், கி. பி. 560-இல் காலமானார். இவருடைய தலைமாணவர் சீலபத்திரர் என்று சொன்னோம். இவரது மற்ற மாணவர்கள். 1. விசேஷ மித்திரர் - இவர் மைத்திரேயர் அருளிச்செய்த யோகசாரபூமி என்னும் நூலுக்கு உரை எழுதியவர். 2. ஜின புத்திரர் - இவர் மைத்திரேயர் அருளிச்செய்த போதிசத்வபூமி என்னும் நூலுக்கு உரை இயற்றியவர். 3. ஞானசுந்தரர் - இவர் இத்சிங் என்னும் சீனயாத்திரிகர் இந்தியாவுக்கு வந்தபோது (கி. பி. 671 முதல் 695 வரையில்) திலக விகாரையில் வாழ்ந்திருந்தார்.

இந்தத் தருமபாலரும் மணிமேகலை நூலில் கூறப்படும் அறவண அடிகளும் ஒருவரே எனச் சிலர் கருதுகிறார். அறவண அடிகள் என்னும் தமிழ்ச் சொல்லின் மொழி பெயர்ப்பாகத் தருமபாலர் என்னும் பெயர் காணப்படுவதுகொண்டு இவ்வாறு கருதுகின்றார் போலும். இந்தக் கருத்துத் தவறானதாகத் தோன்றுகின்றது. ஏனென்றால், அறவண அடிகள் காஞ்சீபுரத்தில் கடைசி நாட்களில் தங்கினதாகக் கூறப்பட்டபோதிலும், அவர் தமது வாழ்நாளில்

பெரும்பகுதியைக் காவிரிப்பூம்பட்டினம் முதலிய தமிழ் நாட்டு ஊர்களில் கழித்தவராவர். தருமபாலரோ, தமிழ் நாட்டில் காஞ்சீபுரத்தில் பிறந்தவராகவிருந்தும், தமது வாழ்நாட்களின் பெரும்பகுதியையும், கடைசி நாட்களையும் வட இந்தியாவில் கழித்தவர். அறவண அடிகள் கி. பி. இரண்டாம் நூற்றாண்டில் வாழ்ந்தவர். தருமபாலரோ கி. பி. ஆறாம் நூற்றாண்டில் இருந்தவர். இந்தக் காரணங்களாலும், பிற சான்றுகளாலும் தருமபாலர் வேறு, அறவண அடிகள் வேறு எனபது வெள்ளிடை மலைபோல் விளங்குகின்றது.

11. ஆசாரிய தர்மபாலர்.

இவரது ஊரைப்பற்றித் தம்பராட்டே வசந்தேந நகரே தஞ்சா நாமகே என்று கூறப்பட்டிருப்பதால், இவர் தாம்பிரபரணி ஆறு பாயும் திருநெல்வேலியில் தஞ்சையைச் சேர்ந்தவர் என்று தெரிகிறது. * இந்தத் தர்மபாலர், காஞ்சீபுரத்தில் பிறந்து பின்னர் நளாந்தைப் பல்கலைக் கழகத்தின் தலைமைப் பேராசியராக விளங்கிய மகாயான பௌத்த மதத்தைச் சேர்ந்த பேர்பெற்ற தரும பாலரின் வேறானவர். இவர் பாளி மொழியில் வல்லவர். பௌத்த மத நூல்களை நன்கு கற்றுத் தேர்ந்தவர். காஞ்சீபுரத்தில் இருந்த படராதித்த விகாரையின் தலைவராக இருந்தவர். இலங்கையில் அநுராதபுரத்திலிருந்த மகாவிகாரை என்னும் பௌத்தப் பள்ளியில் இவர் சில காலம் தங்கியிருந்ததாகத் தெரிகின்றது. பௌத்தமத உரையாசிரியர்களில் சிறந்தவர். இவர் எழுதியுள்ள உரைநூல்களில், இவர் காலத்துத் தமிழ்ப் பௌத்த நூல்களில் காணப்பட்ட கருத்துக்களையும் அமைத்து எழுதியிருக்கிறார் என்று இவரது நூல்களை ஆராய்ச்சி செய்த அறிஞர் கூறுகின்றனர்.

உதான, இதிவுத்தக, தேரகாதா, தேரிகாதா , பேதவத்து, விமானவத்து என்னும் பாளி மொழிப் பௌத்த நூல்களுக்கு அட்டகதா என்னும் உரை எழுதியிருக்கின்றார். இந்த உரை

முழுவதுக்கும் பரமார்த்த தீபனீ என்பது பெயர். மேற்படி உரைகளில், விமான வத்து உரைக்கு விமல விலாசனீ என்பது பெயர். இன்னும் பரமார்த்த மஞ்சுஸா , நெட்டிபகரணாட்டகதா என்னும் நூல்களையும் இயற்றியிருக்கின்றார். ஆக மொத்தம் பதினான்கு நூல்களை இவர் இயற்றியிருக்கின்றார் என்று கந்தவம்சம் என்னும் நூல் கூறுகின்றது. தமிழில் இவர் ஏதேனும் நூல் இயற்றியிருக்கிறாரா என்பது தெரியவில்லை. இவரது காலம் கி. பி. ஐந்தாவது, அல்லது ஆறாவது நூற்றாண்டு என்று கருதப்படுகின்றது.

12. புத்த நந்தி, சாரி புத்தர்.

இவ்விருவரும் சோழ நாட்டில் போதி மங்கை என்னும் ஊரில் இருந்தவர். சைவ சமய ஆசாரியராகிய திருஞான சம்பந்தர் இந்த ஊர் வழியாகச் சங்கு, தாரை முதலான விருதுகளை ஊதி ஆரவாரம் செய்துகொண்டு வந்தபோது, பௌத்தர்கள் அவரைத் தடுத்து, வாதில் வென்ற பின்னரே வெற்றிச் சின்னங்கள் ஊதவேண்டும் என்று சொல்ல, அவரும் அதற்குச் சம்மதித்தார். பிறகு பௌத்தர்கள் புத்த நந்தியைத் தலைவராகக் கொண்டு வாது நிகழ்த்திய போது, சம்பந்தருடன் இருந்த சம்பந்த சரணாலயர் என்பவர் இயற்றிய மாயையினால் இடி விழுந்து புத்த நந்தி இறந்தார் என்று பெரிய புராணம் கூறுகின்றது. இதனைக் கண்ட பௌத்தர்கள், மந்திரவாதம் செய்யவேண்டா, சமயவாதம் செய்யுங்கள் என்று சொல்லிச் சாரி புத்தரைத் தலைவராகக் கொண்டு மீண்டும் வந்தார்கள். அவ்வாறே சாரி புத்தருக்கும் சம்பந்தருக்கும் சமய வாதம் நிகழ, அதில் சாரி புத்தர் தோல்வியுற்றார் என்றும் பெரிய புராணம் கூறுகின்றது. (சாரி புத்தர் காண்க.) இவர்களைப்பற்றி வேறு வரலாறு தெரியல்லை. திருஞானசம்பந்தர் கி. பி. ஏழாம் நூற்றாண்டிலிருந்தவராதலால், இவர்களும் அந்த நூற்றாண்டிலிருந்தவராவர்.

13. வச்சிரபோதி. (கி. பி. 661 - 730.)

இவர் பாண்டி மண்டலத்தைச் சேர்ந்த பொதிகை மலைக்கு அருகில் மலையநாட்டில் இருந்தவர். இவரது தந்தையார் ஓர் அரசனுக்கு மதபோதகராக இருந்தார். இவர் கி. பி. 661-இல் பிறந்தார். வட இந்தியாவில் இருந்த பேர்பெற்ற நளாந்தைப் பல்கலைக் கழகத்தில் 26 வயது வரையில் கல்வி பயின்றார். பின்னர், 689 -இல் கபிலவஸ்து என்னும் நகரம் வரையில் யாத்திரை செய்தார். பின்னர், மீண்டும் தமிழ் நாட்டிற்கு வந்தார். அக்காலத்தில் தொண்டைமண்டலத்தில் வற்கடம் உண்டாகி மக்கள் வருந்தினர். அந்த நாட்டினை அரசாண்ட நரசிம்ம போத்தவர்மன் என்னும் அரசன் வச்சிரபோதியின் மகிமையைக் கேள்விப்பட்டு, இவரையணுகி, நாட்டுக்கு நேரிட்டுள்ள வருத்தத்தைப் போக்க வேண்டுமென்று கேட்டுக்கொள்ள, இவர் தெய்வத்தைப் போற்றி வேண்டிக்கொள்ள, மழைபெய்து நாடு செழிப்படைந்தது என்று இவரது வரலாறு கூறுகின்றது.

இவர் தந்திரயான பௌத்த மதத்தைச் சேர்ந்தவர். தந்திரயான மதத்துக்கு வச்சிரயானம் , மந்திரயானம் என்னும் பெயர்களும் உண்டு. இவரது மாணவர் அமோக வச்சிரர் என்பவர். இவர் இலங்கைக்குச் சென்று, அங்கிருந்த அபயகிரி விகாரையில் ஆறு திங்கள் தங்கியிருந்தார். பின்னர், மீண்டும் தமிழ்நாட்டிற்கு வந்து சிலநாள் தங்கியிருந்தார். பின்னர், தமது தந்திரயான பௌத்த மதத்தைச் சீன தேசத்தில் பரவச்செய்ய எண்ணங்கொண்டு சீனதேசம் செல்ல விரும்பினார். இவர் எண்ணத்தை அறிந்த காஞ்சி அரசன் கடல் யாத்திரையின் துன்பங்களை எடுத்துரைத்துப் போகவேண்டா என்று தடுத்தான். இவர் பிடிவாதமாக விருந்தபடியால், அரசன் இவரது சீனதேசப் பிரயாணத்துக்கு வேண்டும் உதவிகளைச் செய்துகொடுத்தான். மகாப் பிரஜ்ஞ பாரமிதை என்னும் பௌத்த நூலின் பிரதியொன்றனையும், மற்றும் விலையுயர்ந்த

பொருள்களையும் சீன அரசனுக்குக் கையுறையாக வழங்க, ஒரு தூதுவனையும் இவருடன் அரசன் அனுப்பினான்.

வச்சிரபோதி தமது மாணவருடன் புறப்பட்டுச் சென்றார். கப்பல் அடுத்த நாள் இலங்கையையடைந்தது. ஸ்ரீ சைலன் என்னும் இலங்கை அரசன் இவரை வரவேற்றுத் தனது அரண்மனையில் ஒரு திங்கள் வரையில் இருக்கச் செய்தான். பின்னர், மரக்கலமேறிச் சீனநாட்டுக்குச் செல்லும் வழியில், சுமாத்ரா தீவில் இருந்த ஸ்ரீ விஜயதேசத்தில் ஐந்து திங்கள் தங்கினார். மீண்டும் புறப்பட்டு, கி. பி. 720-இல் சீனதேசம் சேர்ந்தார். ஆங்குத் தமது தந்திரயான பௌத்தக் கொள்கைகளைப் போதித்துத் தாந்திரிக பௌத்த நூல்களைச் சீனமொழியில் மொழிபெயர்த்தார். இவர் அந்நாட்டிலே கி. பி. 730-இல் காலமானார்.

14. புத்த மித்திரர்.

இவர் புத்த மித்திரனார் என்றும் கூறப்படுவார். இவரது பெயரைக்கொண்டே இவர் பௌத்தர் என்பதை அறியலாம்.

' மிக்கவன் போதியின் மேதக் கிருந்தவன் மெய்த்தவத்தால்
தொக்கவன் யார்க்குந் தொடரஒண் ணாதவன் தூயனெனத்
தக்கவன் பாதந் தலைமேற் புனைந்து தமிழ்உரைக்கப்
புக்கவன் பைம்பொழிற் பொன்பற்றி மன்புத்த மித்திரனே '

என்னும் இவர் இயற்றிய வீரசோழியப் பாயிரச் செய்யுள் இதனை வற்புறுத்துகின்றது.

இவர், சோழ நாட்டில், மாலைக்கூற்றத்தில், பொன்பற்றி என்ற ஊரில் சிற்றரசராய் விளங்கியவர். பொன்பற்றி என்னும் ஊர் தஞ்சை ஜில்லாப் புதுக்கோட்டைத் தாலூக்காவில் உள்ளது என்பர் சிலாசாசன ஆராய்ச்சியாளர் காலஞ்சென்ற திரு.

வெங்கையா அவர்கள். தஞ்சாவூர் ஜில்லா அறந்தாங்கி தாலுக்காவில் பொன்பேத்தி என்று இப்போது வழங்குகின்ற ஊர்தான் புத்தமித்திரனாரின் பொன்பற்றி என்பர் வித்வான் ராவ்சாகிப் மு. இராகவ அய்யங்கார் அவர்கள்.

புத்த மித்திரர் வீரசோழியம் என்னும் இலக்கண நூலை இயற்றியிருக்கிறார். வீரசோழன், அல்லது வீரராசேந்திரன் என்னும் பெயருள்ள சோழ மன்னன் வேண்டுகோளின்படி இந்நூலை இவர் இயற்றி அவன் பெயரையே இதற்குச் சூட்டினார். இதனை

' ஈண்டுநூல் கண்டான் எழில்மாலைக் கூற்றத்துப் பூண்டபுகழ்ப் பொன்பற்றி காவலனே-மூண்டவரை வெல்லும் படைத்தடக்கை வெற்றிபுனை வீரன்றன் சொல்லின் படியே தொகுத்து.'

என்னும் வெண்பாவினாலும்,

' நாமே வெழுத்துச்சொல் நற்பொருள் யாப்பலங் காரமெனும் பாமேவு பஞ்ச அதிகார மாம்பரப் பைச்சுருக்கித் தேமே வியதொங்கற் « றர்வீர சோழன் திருப்பெயரால், பூமேல் உரைப்பன் வடநூல் மரபும் புகன்றுகொண்டே '

என்னும், கலித்துறைச் செய்யுளினாலும் அறியலாம்.

இவரது காலம், இவரை ஆதரித்த வீரசோழன் காலமாகும். வீரசோழன் என்பவன் வீரராசேந்திரன் என்னும் பெயருடன் கி. பி. 1063 முதல் 1070 வரையில் சோழ நாட்டை அரசாண்டவன்; வீரசோள கரிகால சோள ஸ்ரீ வீரராஜேந்திர தேவ ராஜகேசரி வன்ம பெருமானடிகள் என்று சாசனத்தில் புகழப்படுவன்; எல்லா உலகுமேவிய வெண்குடைச் செம்பியன் வீரராசேந்திரன் என்று புத்த மித்திரனாரால் வீரசோழியத்தில் புகழப்படுபவன். கிருஷ்ணை, துங்கபத்திரை என்னும் இரண்டு ஆறுகள் ஒன்று கூடுகின்ற கூடல் சங்கமம் என்னும் இடத்தில் சோமேஷ்வரன் ii, விக்கிரமாதித்தன் என்னும் இரண்டு சாளுக்கிய அரசர்கள் அரசுரிமைக்காகச் செய்த போரில், இந்தச் சோழன், விக்கிரமாதித்தன் பக்கம் சேர்ந்து போர் செய்து,

சோமேஸ்வரனை முறியடித்து, விக்கிரமாதித்தனை அரசுகட்டில் ஏறச்செய்தான். அன்றியும், அவனுக்குத் தன் மகளை மணஞ்செய்து கொடுத்தான். இவனால் ஆதரிக்கப்பட்ட புத்த மித்திரனாரும் இவன் காலத்தில், அதாவது கி. பி. பதினொன்றாம் நூற்றாண்டில், இருந்தவராவர்.

அணி என்னும் அலங்கார இலக்கணத்தைத் தண்டியாசிரியரைப் பின்பற்றிச் சொன்னதாக இவர் தமது வீர சோழியத்தில் கூறுவதால், இவர் தண்டியாசிரியருக்குப் பிற்பட்டவராதல்வேண்டும்.

சிவபெருமானிடத்தில் அகத்திய முனிவர் தமிழ் மொழியைக் கற்றார் என்று ஒரு கொள்கை சைவர்களுக்குள் உண்டு. புத்தமித்திரனார், பௌத்த முனிவராகிய அவலோகிதீஷ்வரரிடத்தில் அகத்திய முனிவர் தமிழ் பயின்றதாகக் கூறுகின்றார். இதனை, ஆயுங்குணத்து அவலோகிதன் என்னும் வீரசோழிய அவையடக்கச் செய்யுளால் அறியலாம். (தொடர்புரை 5 காண்க.)

புத்தமித்திரனார் வீரசோழியத்தைத் தவிர வேறு நூல் யாதேனும் செய்திருக்கின்றாரா என்பது தெரியவில்லை. இவர் இருந்த சோழநாட்டிலேயே இவர் பெயரைக் கொண்ட பௌத்த பிக்கு ஒருவர் இருந்ததாகவும், அவர் இலங்கை சென்று அநுராதபுரத்தில் தங்கியிருந்ததாகவும், இலங்கையில் அவருக்குச் சோழதேரர் என்ற பெயர் வழங்கியதாகவும் பௌத்த நூல்களால் அறிகின்றோம். ஆனால், அந்தப் புத்தமித்திரர் இவரின் வேறானவர் என்று தெரிகின்றது.

15. பெருந்தேவனார்.

பெருந்தேவனார் என்னும் பெயருடைய தமிழாசிரியர் சிலர் பண்டைக் காலத்தில் இருந்திருக்கின்றனர். கடைச்சங்க காலத்தில் இருந்த பாரதம் பாடிய பெருந்தேவனார் என்பவரும்,

பிற்காலத்திலிருந்த பாரத வெண்பாப் பாடிய பெருந்தேவனாரும் இவரின் வேறானவர்கள். இந்தப் பெருந்தேவனார் பௌத்தர்; புத்தமித்திரனாரின் மாணவர்; புத்தமித்திரனார் இயற்றிய வீரசோழியம் என்னும் இலக்கண நூலின் உரையாசிரியர். இதனை

'தடமார் தருபொழிற் பொன்பற்றி காவலன் தான்மொழிந்த
படிவீர சோழியக் காரிகை நூற்றெண் பஃதொடொன்றின்
திடமார் பொழிப்புரை யைப்பெருந் தேவன் செகம்பழிச்சக்
கடனாக வேநவின் றான்றமிழ் காதலிற் கற்பவர்க்கே '

என்னும் வீரசோழிய உரைப்பாயிரச் செய்யுளால் அறியலாம். வீரசோழிய நூலின் சிறப்பை அதிகப்படுத்துவது இவரது உரையே என்று கூறுவது மிகையாகாது. இவர் எழுதிய உரை தமிழாராய்ச்சியாளருக்கும், தமிழ் நாட்டுச் சரித்திர ஆராய்ச்சியாளருக்கும் மிக்க உதவியாக இருக்கின்றது.

இந்த நூலில் சேர்க்கப்பட்டுள்ள புத்தரைப் போற்றும் செய்யுள்களில் பெரும்பான்மையும் இவர் உரையில் மேற்கோள் காட்டப்பட்ட செய்யுள்களே, (தொடர்புரை 1 காண்க)

இவர் தமது உரையில் நியாய சூடாமணி, புதியாநுட்பம், வச்சத் தொள்ளாயிரம், உதயணன் கதை, கலிவிருத்தம், எலி விருத்தம், நரிவிருத்தம் என்னும் நூல்களைக் குறிப்பிட்டிருக்கின்றார். அன்றியும், குண்டலகேசி, பாரதவெண்பா, யாப்பருங்கலம் முதலிய நூல்களினின்றும் செய்யுள்களை மேற்கோள்களாக எடுத்தாண்டிருக்கின்றார்.

இவரது வரலாறு வேறொன்றும் தெரியவில்லை. இவரது காலம் புத்தமித்திரனாரும் வீரராசேந்திர சோழனும் வாழ்ந்திருந்த கி. பி. பதினொன்றாம் நூற்றாண்டின் பிற்பகுதியாகும்.

16. தீபாங்கர தேரர்.

இவர் சோழ நாட்டினைச் சேர்ந்தவர். ஆனதுபற்றிச் சோளிய தீபாங்கரர் என்று இவர் வழங்கப்படுகின்றார். புத்தப் பிரிய தேரர் என்றும் வேறொரு பெயர் இவருக்கு உண்டு. இவர் இலங்கைக்குச் சென்று, ஆங்கு ஆனந்த வனரதனர் என்னும் தேரரிடம்சமயக்கல்வி பயின்றார். பின்னர், காஞ்சீபுரத்திலிருந்த பாலாதிச்ச விகாரை என்னும் பௌத்தப் பள்ளியின் தலைவராக இருந்தார். பாளி மொழியை நன்கு பயின்றவர். அந்த மொழியில் பஜ்ஜமது என்னும் நூலை இயற்றியிருக்கின்றார். புத்தரது உருவ அழகினையும், அவர் உபதேசித்த பௌத்தக் கொள்கை, அவர் அமைத்த பௌத்த சங்கம். இவற்றின் செவ்விகளையும் இந்நூலில் வியந்து கூறியிருக்கின்றார். இந்நூல் நூற்று நான்கு செய்யுள்களைக் கொண்டது. இவர் இயற்றிய இன்னொரு நூல் ரூப சித்தி என்பது. பாட ரூப சித்தி என்றும் இதற்குப் பெயர் உண்டு. இது பாளி மொழி இலக்கண நூல், இதற்கு ஒரு உரையும் உண்டு. இந்த உரையினையும் இவரே இயற்றினார் என்று கூறுவர். இவர் இயற்றிய பஜ்ஜமது என்னும் நூல் கி. பி. 1100-இ¢ல் இயற்றப்பட்டிருக்கலாம் என்று கருதப்படுகின்றபடியால், இவர் பன்னிரண்டாம் நூற்றாண்டின் முற்பகுதியில் இருந்தவராவர்.

17. அநுருத்தர்.

அநிருத்தர் என்றும் இவருக்குப் பெயர் உண்டு. இவர் காஞ்சீபுரத்தில் மூலசோம விகாரை என்னும் பௌத்தப் பள்ளிக்குத் தலைவராக இருந்தவர். இவர் பாண்டிய தேசத்தவர் என்று தெரிகின்றது. அபிதம்மாத்த சங்கிரகம் , பரமார்த்த வினிச்சயம் , நாமரூபப் பரிச்சேதம் என்னும் நூல்களை இவர் இயற்றியிருக்கின்றார். அபிதம் மாத்த சங்கிரகம்

இலங்கையிலும், பர்மாதேசத்திலும் உள்ள பௌத்தர்களால் நெடுங்காலமாகப் போற்றிக் கற்கப் பட்டுவருகின்றது.

இவர் கி. பி. பன்னிரண்டாம் நூற்றாண்டில் வாழ்நிதிருந்தவர். ஆசிரியர் அநிருத்தர் என்பவர் ஒருவர் பெரும் பிடுகு முத்தரையன் என்னும் சிற்றரசனைப் பாடிய கட்டளைக் கலித்துறையொன்று, திரிச்சிராப்பள்ளியை அடுத்த செந்தலை என்னும் ஊரில் உள்ள சிவன் கோயில் சாசனத்தில் சிதைந்து காணப்படுகின்றதைச் சாசனப் புலவர் என்னும் நூலில் வித்வான் ராவ்சாகிப் மு. இராகவ அய்யங்கார் அவர்கள் குறிப்பிட்டிருக்கின்றார்கள். அவர்கள் காட்டிய செய்யுள் இது:

' . . . .
போலரசு பிறவா பிறநெடு மேரு நெற்றிப்
பொன்போல் பசுங்கதி ராயிரம் [வீசும்] பொற்றேர்ப்பருதிக்
கென்போ தரவிடுமோவினைச்சோதி யிருவிசும்பே. '

இச்செய்யுளைப் பாடிய அநிருத்தரும் மேற்படி நூல்களை இயற்றிய அநுருத்தரும் ஒருவர்தாமோ என்பது தெரியவில்லை.

18. புத்தமித்திரர், மகாகாசிபர். (சோழ தேரர்கள்.)

இவ்விருவரையும் சோழ தேரர்கள் என்று இலங்கை நூல்கள் கூறுகின்றன. சோழநாட்டவராகிய இவர்கள் இலங்கைக்குச் சென்று ஆங்கு வாழ்ந்துவந்தனர் போலும். இவர்கள் வேண்டுகோளின்படி உத்தோதயம் , நாமரூபப் பரிச்சேதம் என்னும் நூல்கள் இயற்றப்பட்டன. நாமரூபப் பரிச்சேதம் இயற்றிய அநிருத்தர் பன்னிரண்டாம் நூற்றாண்டில் இருந்தவர்; ஆதலால், இவர்களும் அக்காலத்தவராவர். இவர்களைப்பற்றிய வேறு வரலாறுகள் தெரியவில்லை. இந்தப் புத்தமித்திரர், வீரசோழியம் இயற்றிய புத்தமித்திரரின் வேறானவர்.

19. ஆனந்த தேரர். (? - 1245.)

இவர் காஞ்சீபுரத்தில் இருந்தவர். பௌத்த மத நூல்களை நன்கு கற்றுத் தேர்ந்தவர். பர்மா தேசத்தவரான சத்தம்ம ஜோதி பாலர் என்னும் சிறப்புப் பெயரைக்கொண்ட சாபதர் என்பவர் இவரைப் பர்மா தேசத்திலிருந்த அரிமர்த்தனபுரத்துக்கு அழைத்துச் சென்றார் என்று சாசனவம்சம் என்னும் நூல் கூறுகின்றது. பர்மா தேசத்தை அரசாண்ட நரபதி ஜயசூரன் என்னும் அரசன் இவருக்கு யானை ஒன்றைப் பரிசாக அளித்தான் என்றும், அந்த யானையை இவர் காஞ்சீபுரத்திலிருந்த தமது உறவினருக்கு அனுப்பினார் என்றும் கல்யாணி நகரத்துக் கல்வெட்டுச் சாசனம் கூறுகின்றது. இவர் தமக்குக் கிடைத்த யானையைத் தமது உறவினருக்கு அளித்தார் என்று கூறுகிறபடியால், யானையைக் காப்பாற்றக்கூடிய பெருஞ்செல்வத்தையுடைய குடும்பத்தைச் சேர்ந்தவர் என்று தோன்றுகின்றது. இவர் ஐம்பது ஆண்டு பர்மா தேசத்தில் பௌத்தமத குருவாக இருந்து, பின்னர் கி. பி. 1245-இல் காலமானார் என்று கல்வெட்டுச் சாசனம் கூறுகின்றது. இவரது வரலாறு வேறொன்றும் தெரியவில்லை.

20. தம்மகீர்த்தி.

இவர் தம்பராட்டா என்னும் பாண்டிய மண்டலத்தைச் சேர்ந்தவர். (தாமிரவர்ணி பாயும் பாண்டிய நாட்டினைத் தம்பராட்டா என்று பௌத்த நூல்கள் கூறுகின்றன.) கல்வி அறிவு ஒழுக்கங்களினால் சிறந்தவர். இவரது மேன்மையைக் கேள்வியுற்று, பராக்கிரமபாகு (இரண்டாவன்) என்னும் இலங்கை மன்னன் இவரைத் தன்னிடம் வணக்கமாக வரவழைத்துக்கொண்டான். அன்றியும், சோழநாட்டிலிருந்த பௌத்த பிக்குகளையும் இவன் இலங்கைக்கு வரவழைத்து, ஒரு பெரிய பௌத்த மகாநாடு நடத்தினான். இந்த அரசன் மற்றப் பிக்ஷுக்களைவிடத் தம்மகீர்த்தியிடத்தில் தனிப்பட்ட அன்பும் மரியாதையும் கொண்டிருந்தான். தாட்டா வம்சம் என்னும்

நூலினை இவர் பாலி மொழியில் இயற்றியதாகச் சிலர் கூறுகின்றனர். இலங்கையின் வரலாற்றினைக் கூறும் மகாவம்சம் என்னும் நூலின் பிற்பகுதியாகிய சூலவம்சம் என்னும் நூல் (மகாசேனன் என்னும் அரசன் காலமுதல் பராக்கிரமபாகு இரண்டாவன் காலம் வரையில்) இவர் இயற்றியதாகக் கருதப்படுகின்றது. இவரை ஆதரித்த பராக்கிரமபாகு இரண்டாவன் இலங்கையை கி. பி. 1236 முதல்- 68 வரையில் அரசாண்டவன். ஆகையால், இவரது காலம் பதின்மூன்றாம் நூற்றாண்டாகும்.

21. கவிராசராசர்.

இவர் ஒரு பௌத்தப் புலவர். இவர் தமிழ்க்கவி இயற்றுவதில் தேர்ந்தவர் என இவரது பெயரினால் அறியப்படும். இவரது காலம் தெரியவில்லை. ஆயினும், பதினொன்றாம், அல்லது பன்னிரண்டாம் நூற்றாண்டிலிருந்தவராகக் கருதலாம். இவர் இயற்றிய நூலின் பெயர் தெரியவில்லை. வன்பசிக் கடும்புலிக்குடம்பளித் துடம்பின்மேல் வாளெறிந்த வாயினூடு பால்சுரந்து என்னும் செய்யுளடியை மேற்கோள் காட்டி, இது கவி ராசராசன் வாக்கு என்று தக்கயாகப் பரணி உரையாசிரியர் கூறியிருப்பதிலிருந்து, இப்பெயரையுடைய புலவர் ஒருவர் இருந்தாரென்பது தெரிகின்றது. (377 -ஆம் தாழிசை உரை காண்க.)

22. காசப்பதேரர்.

இவர் மோகவிச்சேதனீ , விமதிவினோதனீ , விமதிவிச் சேதனீ , அநாகத வம்சம் என்னும் நூல்களைப் பாளி மொழியில் இயற்றியிருக்கிறார். இந்நூல்களை இயற்றிய காசப்பர் சோழநாட்டவர் என்றும், டமிள (தமிழ) தேசத்தவர் என்றும் கந்த வம்சம் , சாசன வம்சதீபம் என்னும் நூல்கள் கூறுகின்றன.

ஆகவே, இவர் சோழநாட்டைச் சேர்ந்த தமிழர் என்பது தெரிகின்றது. இவர் இயற்றிய அநாகத வம்சம் என்பது இனி வரப்போகிற மைத்ரேய புத்தரின் வரலாற்றினைக் கூறுவது. இவரைப்பற்றிய வரலாறு வேறொன்றும் தெரியவில்லை. காலமும் தெரியவில்லை.

23. சாரிபுத்தர்.

இவர் சோழநாட்டினைச் சேர்ந்தவர் என்பதும், பாடா வதாரம் என்னும் பாளிமொழி நூலை இயற்றியவர் என்பதும் கந்த வம்சம் (கிரந்த வம்சம்), சாசன வம்சம் என்னும் நூல்களினால் தெரிகின்றன. இவரது காலம், வரலாறு முதலியவை ஒன்றும் தெரியவில்லை.

திருஞானசம்பந்த சுவாமிகள் காலத்தில் சோழநாட்டில் சாரிபுத்தர் என்னும் ஒரு தேரர் போதிமங்கை என்னும் ஊரில் இருந்தார் என்றும், அவருடன் ஞானசம்பந்தர் சமயவாதம் செய்தார் என்றும் பெரிய புராணம் கூறுகின்றது. பெரிய புராணம் கூறுகின்ற சாரிபுத்தரும், கந்தவம்சம் கூறுகின்ற சாரிபுத்தரும் ஒருவர்தாமோ, அன்றி வெவ்வேறு காலத்திலிருந்த வெவ்வேறு சாரிபுத்தர்களோ தெரியவில்லை.

24. புத்தாதித்தியர்.

இவர் காஞ்சீபுரத்தைச் சேர்ந்த பௌத்த பிக்கு. இவர் சாவகத்தீவின் (ஜாவா) அரசன் ஒருவனைப் புகழ்ந்து சில பாடல்கள் இயற்றியிருக்கின்றார். இவரது காலம், வரலாறு ஒன்றும் தெரியவில்லை.

தமிழ் நாட்டிலே இன்னும் எத்தனையோ தேரர்கள் பல நூல்களை இயற்றியிருக்கிறார்கள். புத்தசிகா, ஜோதி பாலர்,

இராகுல தேரர், பூர்வாசாரியர் இருவர், (இவர்கள் பெயர் தெரியவில்லை) மகா வஜ்ஜிரபுத்தி, சுல்ல வஜ்ஜிரபுத்தி, சுல்ல தம்ம பாலர், முதலியவர்களைப்பற்றிய வரலாறுகள் ஒன்றும் தெரியவில்லை. இவர்களன்றி, வேறு இருபது பௌத்த ஆசிரியர்களும் காஞ்சீபுரத்தில் நூல்கள் இயற்றியதாகக் கந்த வம்சம் (கிரந்த வம்சம்) என்னும் நூல் கூறுகின்றது. இவர்களது வரலாறும் தெரியவில்லை.

----

* இப்பொழுது சோழநாட்டில் ஒரு தஞ்சை இருப்பது போலவே, பாண்டிய நாட்டிலும் ஒரு தஞ்சை இருந்ததாகத் தெரிகின்றது. இந்தப் பாண்டிய நாட்டுத் தஞ்சையை ஒரு காலத்தில் அரசாண்ட வாணன் என்னும் சிற்றரசன்மேல் பாடப்பட்டதே தஞ்சைவாணன் கோவை என்னும் சிறந்த தமிழ் நூல்.

அதிகாரம் 8. பௌத்தர் இயற்றிய தமிழ் நூல்கள்.

முன்னொரு காலத்தில் தமிழ்நாட்டிலே பௌத்தமதம் செல்வாக்குற்றுச் சிறந்திருந்ததென்பதை அறிந்தோம். அந்த மதக்கொள்கைகளை நன்கறிந்த பௌத்த ஆசிரியர் பற்பலர் ஆங்காங்கே தமிழ் நாட்டில் இருந்ததையும் கண்டோம். அந்தப் பௌத்த ஆசிரியர் பாளிமொழியில் பல நூல்களை இயற்றிவைத்தனர் என்பதையும் அறிந்தோம். ஈண்டு, பௌத்த ஆசிரியர் தமிழ்மொழியில் என்னென்ன நூல் இயற்றியுள்ளார் என்பதை ஆராய்வோம்.

இப்போது தமிழில் உள்ள பௌத்த நூல்கள் மிகச்சில. இலக்கியத்தில் ஒன்றும் இலக்கணத்தில் ஒன்றும் ஆக இரண்டு நூல்களே இப்போது முழுநூலாக எஞ்சி நிற்கின்றன. ஏனைய நாலைந்து நூல்களின் பெயர்மட்டும் வழங்கப்படுகின்றனவேயன்றி நூல் முழுவதும் கிடைக்கப் பெற்றிலம்.

ஜைனரும், பௌத்தரும் தத்தம் மதக்கொள்கைகளை அந்தந்த நாட்டுத் தாய்மொழி வாயிலாகப் பரவச் செய்தனர் என்று 'பௌத்தரும் தமிழும்' என்னும் அதிகாரத்தில் கூறினோம். அங்ஙனமாயின், தமிழ் மொழியிலும் அவர்கள் பல நூல்களை இயற்றியிருக்கவேண்டுமன்றோ? ஆம். பல நூல்களை இயற்றிவைத்தனர் என்பதில் யாதொரு ஐயமுமில்லை. கி. பி. நான்காம் நூற்றாண்டில் உரகபுரம் (உறையூர்), பூம்புகார், பூதமங்கலம் முதலான இடங்களில் தங்கிப் பௌத்தமத ஊழியம் புரிந்துவந்த பேர்பெற்ற புத்ததத்தர் என்னும் தமிழப் பௌத்தர், பாளிமொழியில் பாளிமொழி நூல்களுக்குப் பல உரைகள் எழுதியிருப்பதில், தென்னாட்டில் வழங்கிய பல பௌத்தக் கொள்கைகளை எடுத்துக் கூறியிருக்கிறார் என்றும்,

அவற்றை அக்காலத்திருந்த தமிழ்ப் பௌத்த நூல்களினின்றும் எடுத்திருக்கக்கூடும் என்றும் ரைஸ் டேவிட் என்னும் மேல்நாட்டு ஆராய்ச்சியாளர் கூறுகின்றார். நீலகேசி உரையிலும், வீரசோழிய உரையிலும் பௌத்தமதச் செய்யுள்கள் மேற்கோள் காட்டப்பட்டுள்ளன, அவற்றில் சில பாடல்கள் எந்த நூலினின்று எடுக்கப்பட்டன என்பது அறியக்கூடாமல் இருக்கின்றது. எனவே, பண்டைக் காலத்தில், பௌத்தமதம் தமிழ் நாட்டில் வழங்கிவந்தபோது, பௌத்தரால் இயற்றப்பட்ட பல தமிழ் நூல்கள் இருந்தன என்பதில் ஐயமில்லை.

அங்ஙனமாயின், அந்த நூல்கள் இப்போது எங்கே? இவ்வினாவிற்கு விடைபெறுவது கடினமன்று. பௌத்த மதத்துக்குப் பெரும் பகைஞராக இருந்தவர் ஜைனரும் வைதீகரும் என்பதனை மூன்றாம் அதிகாரத்தில் அறிந்தோம். பௌத்த மதத்தின் பிறவிப் பகைஞராகிய இவர்களால் பௌத்த நூல்கள் அழியுண்டனபோலும். பௌத்த மத வீழ்ச்சிக்குப் பிறகு நடைபெற்ற சமயப்போரில், வைதீக மதம் ஜைன மதத்தை அழித்துவிட்டபோதிலும், சில ஜைனர் ஆங்காங்கே தமிழ்நாட்டில் அருகிக் காணப்படுகின்றனர். இவ்வாறு எஞ்சி நின்ற ஜைனரால் ஜைனமத நூல்கள் சில இறந்துபடாமல் பாதுகாக்கப்பட்டுள்ளன. ஆனால், பௌத்த மதம் ஜைன மதத்தைவிடக் கடுமையான வீழ்ச்சியை அடைந்துவிட்டது. பௌத்தத் தமிழ் நூல்களைப் போற்றிப் பாதுக்காக்கத் தமிழப் பௌத்தர் இருந்ததாகத் தெரியவில்லை. இந்த நிலையில் தமிழ்ப் பௌத்த நூல்கள் எவ்வாறு உயிர்பெற்றிருக்கும்? அவையாவும் 'கொலை' செய்யப்பட்டன. இப்போது எஞ்சி நிற்கும் இரண்டொரு பௌத்த நூல்கள் எவ்வாறு தப்பிப் பிழைத்திருக்கின்றன என்பதே எமக்குப் பெருவியப்பாக இருக்கின்றது. தமிழ் நாட்டுப் பௌத்த ஆசிரியர் இயற்றிய பாளிமொழி நூல்கள் மட்டும் எவ்வாறு இன்றும் நின்று நிலவுகின்றன என்றால், அவை இலங்கை, பர்மா முதலான தேசத்துப் பௌத்தர்களால் போற்றிப் பாதுகாக்கப்படுகின்றன.

தமிழ்ப் பௌத்த நூல்களைப் போற்றுவதற்குத் தமிழப் பௌத்தர் இல்லாத படியால், அவை இறந்துபட்டன.

பௌத்த நூல்களை இழந்துவிட்டோம். அஃதாவது, தமிழ் இலக்கியச் செல்வத்தின் ஒரு பகுதியைத் தமிழ்நாடு இழந்துவிட்டது. ஒரு நாடு தனது பொருட் செல்வத்தை இழந்து வறுமைப்படுவதைவிட இலக்கியச் செல்வத்தை இழந்துவிடுவது பெரிதும் வருந்தத்தக்கது. என்செய்வது? சென்றது சென்றுவிட்டது. இனி, தமிழில் இப்போது எஞ்சியுள்ள பௌத்த நூல்களைப்பற்றி ஆராய்வோம்.

மணிமேகலை

தமிழில் உள்ள ஐம்பெருங்காப்பியங்கள் பௌத்தர் ஜைனர் என்னும் இரு சமயத்தாரால் இயற்றப்பட்டவை. சிந்தாமணி, சிலப்பதிகாரம் இரண்டும் ஜைனரால் இயற்றப் பட்டன. மணிமேகலை, குண்டலகேசி, வளையாபதி என்பன பௌத்தர்களால் இயற்றப்பட்டவை. இந்த மூன்றில் மணிமேகலையைத் தவிர மற்ற இரண்டும் இறந்துவிட்டன. மணிமேகலை ஐம்பெருங்காப்பியங்களுள் ஒன்றென்று கூறப்படுகின்றபோதிலும், இது சிலப்பதிகாரத்துடன் தொடர்புடையது. இதனை,

' மணிமே கலைமே லுரைப்பொருண் முற்றிய சிலப்பதிகார முற்றும் '

என்னும் சிலப்பதிகார வஞ்சிக்காண்டக் கட்டுரைச் செய்யுட் பகுதியினால் அறியலாம். எனவே, சிலப்பதிகாரத்தையும் மணிமேகலையையும் ஒரே காப்பியம் என்று கூறினும் பொருந்தும். ஆயினும், ஆன்றோர் இவையிரண்டனையும் வெவ்வேறு காப்பியங்களாகவே கொண்டனர்.

மணிமேகலையை இயற்றியவர் மதுரைக் கூலவாணிகர் சீத்தலைச் சாத்தனார். (இவரது வரலாற்றினை ஏழாம் அதிகாரத்தில் காண்க.) இந்நூல் முழுவதும் ஆசிரியப்பாவினால்

அமைந்தது. 'கதை பொதி பாட்டு' என்னும் பதிகத்தைத் தவிர்த்து, 'விழாவறை காதை' முதலாகப் 'பவத்திற மறுகெனப் பாவை நோற்ற காதை' இறுதியாக முப்பது காதைகளையுடையது. இதற்கு மணிமேகலை துறவு என்றும் பெயர் உண்டு. இதனை இயற்றிய சாத்தனார், இளங்கோவேந்தர் என்னும் இளங்கோ அடிகள் முன்னிலையில் இதனை அரங்கேற்றினார். இவற்றை,

' இளங்கோ வேந்த னருளிக் கேட்ப
வளங்கெழு கூல வாணிகன் சாத்தன்
மாவண் டமிழ்த்திற மணிமே கலைதுற
வாறைம் பாட்டினு ளறியவைத் தன்னெனன் '

எனவரும் பதிக ஈற்றடிகளால் அறியலாம்.

மணிமேகலை பல திறத்தானும் சிறப்புடைய நூல், சொல் வளமும் பொருள் ஆழமும் செறிந்து திகழும் இந்நூல் வெறும் இலக்கியமட்டும் அன்று. பண்டைத்தமிழ் நாட்டின் வரலாற்றினையும், கலைகளையும், நாகரிகத்தினையும், அக்காலத்திலிருந்த சமயங்கள் அவற்றின் கொள்கைகள் முதலியவற்றையும், அக்கால வழக்க ஒழுக்கங்களையும் ஆராய்வதற்கு இது பெரிதும் பயன்படுகின்றது. இந்த மணிமேகலை நூல் தமிழ்த்தாய்க்கு அணி செய்யும் மணிமேகலையாகவே இலங்குகின்றது. இந்த நூல் இயற்றப்பட்ட காலம் கி. பி. இரண்டாம் நூற்றாண்டு. (தொடர்புரை 6 காண்க.)

சுவை மலிந்த இச்செந்தமிழ் நூலை முதன் முதல் அச்சிற் பதிப்பித்தவர் மகாவித்துவான் திருமயிலை சண்முகம் பிள்ளையவர்களாவர். 1894 - ஆம் ஆண்டுக்கு நேரான 'விஜய தனுர் ரவி'யில் இப்புத்தகம் மதராஸ் ரிப்பன் அச்சியந்திரசாலையில் பதிக்கப்பட்டு, 12 -அணாவுக்கு விற்கப்பட்டது. மகாவித்துவான் சண்முகம் பிள்ளையவர்கள் தம்மிடமிருந்த ஏட்டுச்சுவடியைமட்டும் ஆராய்ந்து வெளியிட்ட நூலாதலின், இதில் சிற்சில பிழைகள் ஆங்காங்கே

காணப்படுகின்றன. பிள்ளையவர்கள் பதிப்பு வெளிவந்த நான்கு ஆண்டுகளுக்குப் பின்னர், டாக்டர் சாமிநாத ஐயரவர்கள் பல பிரதிகளை ஆராய்ந்து 1898 -ஆம் ஆண்டில் அரும்பத உரையுடன் இந்நூலை அச்சிற் பதிப்பித்தார்கள். ஐயரவர்களுக்கு உதவியாயிருந்த பல ஏட்டுப் பிரதிகளுள் மகா வித்துவான் சண்முகம் பிள்ளையவர்கள் உதவிய பிரதியும் ஒன்றாகும். பிள்ளையவர்கள் பதிப்பித்த மணிமேகலைப் புத்தகத்தையும் ஐயரவர்கள் பார்த்திருக்கக் கூடும். ஆனால், எக்காரணத்தினாலோ, ஐயரவர்கள் பிள்ளையவர்கள் பதிப்பித்த மணிமேகலையைப்பற்றிக் குறிப்பிடாமலேயேயிருந்துவிட்டார்கள். பிள்ளையவர்களின் பதிப்பில் காணப்பட்ட பிழைகள் பலவும் ஐயரவர்களின் பதிப்பில் திருத்தப்பெற்றன. எஞ்சி நின்ற ஒரு சில பிழைகளும் இரண்டாவது, மூன்றாவது பதிப்புகளில் திருத்தப்பெற்றன. இந்த அருமையான சிறந்த செந்தமிழ் நூல் இறந்துபடாமல் உய்வித்தருளிய இரண்டு பெரியாருக்கும் தமிழ் நாட்டின் நன்றி என்றும் உரியதாகுக.

இந்நூல் நடையினை அறியக் கீழே சில பகுதிகளை எடுத்துக்காட்டுவோம். புகார்ப்பட்டினத்தின் உவவனம் என்னும் பூஞ்சோலையைக் கூறும் பகுதி இது :-

' குரவமு மரவமுங் குருந்துங் கொன்றையுந்
திலகமும் வகுளமுஞ் செங்கால் வெட்சியும்
நரந்தமு நாகமும் பரந்தலர் புன்னையும்
பிடவமுந் தளவமு முடமுட் டாழையுங்
குடசமும் வெதிரமுங் கொழுங்கா லசோகமுஞ்
செருந்தியும் வேங்கையும் பெருஞ்சண் பகமும்
எரிமல ரிலவமும் விரிமலர் பரப்பி
வித்தக ரியற்றிய விளங்கிய கைவினைச்
சித்திரச் செய்கைப் படாம்போர்த் ததுவே
ஒப்பத் தோன்றிய வுவவனந் தன்னைத்
தொழுதனள் காட்டிய சுதமதி தன்னொடு

மலர்கொய்யப் புகுந்தனள் மணிமே கலையென். '
(மலர்வனம் புக்க காதை, 160 - 171.)

மேற்சொன்ன உவவனத்திற் சென்றது மணிமேகலைக்கு அதுவே முதல் தடவையாதலின், அவளுடன் சென்ற சுதமதி என்பவள், அப்பூஞ்சோலையின் இயற்கை எழிலினை மணிமேகலைக்குக் காட்டி விளக்குகின்றாள். அப்பகுதி இது :-

' பரிதியஞ் செல்வன் விரிகதிர்த் தானைக்
கிருள்வளைப் புண்ட மருள்படு பூம்பொழில்
குழலிசை தும்பி கொளுத்திக் காட்ட
மழலை வண்டினம் நல்லியாழ் செய்ய
வெயினுழை பறியாக் குயினுழை பொதும்பர்
மயிலா டரங்கின் மந்திகாண் பனகாண் !
மாசறத் தெளிந்த மணிநீ ரிலஞ்சிப்
பாசடைப் பரப்பிற் பன்மல ரிடைநின்
றொருதனி யோங்கிய விரைமலர்த் தாமரை
அரச வன்ன மாங்கினி திருப்பக்
கரைநின் றாலும் ஒருமயில் தனக்குக்
கம்புட் சேவற் கனைகுரன் முழவாக்
கொம்ப ரிருங்குயில் விளிப்பது காணாய் !
இயங்குதேர் வீதி யெழுதுகள் சேர்ந்து
வயங்கொளி மழுங்கிய மாதர்நின் முகம்போல்
விரைமலர்த் தாமரை கரைநின் றோங்கிய
கோடுடைத் தாழைக் கொழுமட லவிழ்ந்த
வால்வெண் சுண்ண மாடிய திதுகாண் !
மாதர் நின்கண் போதெனச் சேர்ந்து
தாதுண் வண்டின மீதுகடி செங்கையின்
அஞ்சிறை விரிய வலர்ந்த தாமரைச்
செங்கயல் பாய்ந்து பிறழ்வன கண்டாங்
கெறிந்தது பெறா'அ திரையிழந்து வருந்தி
மறிந்து நீங்கு மணித்திரல் காண் ! எனப்
பொழிலும் பொய்கையுஞ் சுதமதி காட்ட
மணிமே கலையம் மலர்வனம் காண்புழி. '
(பளிக்கறை புக்க காதை, 1 - 26.)

கீழ்க்காணும் பகுதி மாலைப்பொழுதின் இயற்கையை இனிது விளக்குகின்றது :-

' அன்னச் சேவல் அயர்ந்துவிளை யாடிய
தன்னுறு பெடையைத் தாமரை யடக்கப்
பூம்பொதி சிதையக் கிழித்துப் பெடைகொண்
டோங்கிருந் தெங்கின் உயர்மட லேற
அன்றிற் பேடை யரிக்குர லழைஇச்
சென்றுவீழ் பொழுது சேவற் கிசைப்பப்
பவளச் செங்காற் பறவைக் கானத்துக்
குவளை மேய்ந்த குடக்கட் சேதா
முலைபொழி தீம்பால் எழுதுக ளவிப்பக்
கன்றுநினை குரல மன்றுவழிப் படர
அந்தி யந்தணர் செந்தீப் பேணப்
பைந்தொடி மகளிர் பலர்விளக் கெடுப்ப
யாழோர் மருதத் தின்னரம் புளரக்
கோவலர் முல்லைக் குழன்மேற் கொள்ள
அமரக மருங்கிற் கணவனை யிழந்து
தமரகம் புகூஉ மொருமகள் போலக்
கதிராற்றுப் படுத்த முதிராத் துன்பமோ
டந்தி யென்னும் பசலைமெய் யாட்டி
வந்திறுத் தனளால் மாநகர் மருங்கென். '

(மணிமேகலா தெய்வம் வந்து தோன்றிய காதை, 123 - 141.)

காலை வேளையின் இயற்கையைச் சாத்தனார் கீழ்க்கண்டவாறு விளக்குகின்றார் :-

' காவ லாளர் கண்டுயில் கொள்ளத்
தூமென் சேக்கைத் துயில்கண் விழிப்ப
வலம்புரிச் சங்கம் வறிதெழுந் தார்ப்பப்
புலம்புரிச் சங்கம் பொருளொடு முழங்கப்
புகர்முக வாரணம் நெடுங்கூ விளிப்பப்
பொறிமயிர் வாரணங் குறுங்கூ விளிப்பப்
பணைநிலைப் புரவி பலவெழுந் தாலப்
பணைநிலைப் புள்ளும் பலவெழுந் தால
பூம்பொழி லார்கைப் புள்ளொலி சிறப்பப்

பூங்கொடி யார்கைப் புள்ளொலி சிறப்பக்
கடவுட் பீடிகைப் பூப்பலி கடைகொளக்
குயிலுவர் கடைதொறும் பண்ணியம் பரந்தெழக்
கொடுப்போர் கடைதொறும் பண்ணியம் பரந்தெழக்
ஊர்துயி லெடுப்ப வுரவுநீ ரழுவத்துக்
காரிருள் சீத்துக் கதிரவன் முளைத்தலும்'.
(துயிலெழுப்பிய காதை, 111 - 126.)

வீரசோழியம்

இஃதோர் இலக்கண நூல். வடமொழி இலக்கணத்தைச் சிறுபான்மை தழுவித் தமிழ் ஐந்திலக்கணங்களையும் சுருக்கமாகக் கூறுவது. இதனை இயற்றியவர் புத்தமித்திரனார். இந்நூற்கு உரை எழுதியவர் இவரது மாணவராகிய பெருந்தேவனார். (நூலாசிரியர், உரையாசிரியர் வரலாறுகளை ஏழாம் அதிகாரத்தில் காண்க.) புத்தமித்திரனாரை ஆதரித்த வீரராசேந்திரன் என்னும் வீரசோழன் பெயரால் இந்நூல் இயற்றப்பட்டதாகலின், இதற்கு இப்பெயர் வாய்ந்தது. இதனை 'எதிர் நூல்' என்பர்.

இதற்கு 'வீரசோழியக் காரிகை' என்னும் பெயரும் உண்டு. எழுத்ததிகாரம், சந்திப்படலம் என்னும் ஒரே படலத்தையுடையதாய் 28-செய்யுள்களையுடையது. சொல்லதிகாரம், வேற்றுமைப்படலம் (9-செய்யுள்), உபகாரப்படலம் (6-செய்யுள்), தொகைப்படலம் (8-செய்யுள்), தத்திதப்படலம் (8-செய்யுள்), தாதுப்படலம் (11-செய்யுள்), கிரியாபதப்படலம் (13 + 2 - செய்யுள்) என்னும் ஆறு படலங்களையுடையது. ஏனைய பொருள், யாப்பு, அணி என்னும் மூன்று அதிகாரங்களும் முறையே பொருட்படலம் (36-செய்யுள்), யாப்புப்படலம் (36-செய்யுள்), அலங்காரப்படலம் (41-செய்யுள்) என்னும் ஒவ்வொரு படலமுடையன. இவற்றையன்றி மூன்று பாயிரச் செய்யுள்களையுமுடையது.

இது வழக்கொழிந்த இலக்கண நூல்களுள் ஒன்று. கச்சியப்ப சுவாமிகள் கந்தபுராணத்தை இயற்றிக் கச்சிக்குமரகோட்டத்தே அரங்கேற்றுங் காலத்தில், அப்புராணத்தின் முதற் செய்யுளில் வருகிற 'திகடசக்கரம்' என்னும் சொற் புணர்ச்சிக்கு இலக்கணங் காட்டும்படி அவையிலுள்ளோர் தடை நிகழ்த்தியபோது, அவர்களுக்கு இந்த வீர சோழியத்திலிருந்து இலக்கணம் காட்டப்பட்டதென்றும், பின்னர் அவையிலுள்ளோர் அப்புணர்ச்சியை ஒப்புக்கொண்டனரென்றும் ஒரு வரலாறு கூறப்படுகின்றது. இவ்வரலாற்றினின்றும், அக்காலத்திலேயே இந்நூல் வழக்கொழிந்துவிட்டதென்பதை நன்குணரலாம். (தொடர்புரை 7 காண்க.) இது இயற்றப்பட்ட காலம் பதினொன்றாம் நூற்றாண்டு.

இந்த நூலும் இதன் உரையும் தமிழ்நாட்டின் சரித்திரம் முதலியவற்றை ஆராய்வதற்குச் சிறிது உதவி புரிகின்றன. சோழர்கள் கூடல் சங்கம் முதலிய இடங்களில் அயல் நாட்டு வேந்தரை வென்ற செய்திகள் இவ்வுரையில் காட்டப்படும் மேற்கோட் செய்யுள்களினால் விளங்குகின்றன. இச்செய்திகளைக் கல்வெட்டுச் சாசனங்கள் உறுதிப்படுத்துகின்றன. குண்டலகேசி விருத்தம், கலிவிருத்தம், எலிவிருத்தம், நரிவிருத்தம், உதயணன் காதை, நியாய சூடாமணி, புதியானுட்பம், யாப்பருங்கலம், தண்டியலங்காரம், வச்சத்தொள்ளாயிரம் முதலிய நூல்களின் பெயர் இவ்வுரையில் கூறப்படுகின்றன. புத்தரைப்பற்றிய அழகான பாடல்கள் யாப்புப்படல உரையில் மேற்கோள்களாகக் காட்டப் பட்டுள்ளன. தொடர்புரை 1-இல் சேர்க்கப்பட்ட செய்யுள்களில் பல இவ்வுரையினின்றும் எடுக்கப்பட்டவையே.

போற்றுவோரின்றி இறந்துபட்ட சில நூல்களைப் போன்றே இந்நூலும் இறந்துபட்டிருக்கும். நற்காலமாக,. இறக்குந் தறுவாயிலிருந்த இந்த நூலினைக் காலஞ்சென்ற ராவ்பகதூர் சி. வை. தாமோதரம் பிள்ளையவர்கள் இன்றைக்கு ஐம்பத்தெட்டு

ஆண்டுகட்கு முன்னர் அச்சிற்பதிப்பித்துப் புத்துயிர் கொடுத்தார்கள். 1881-ஆம் ஆண்டு (விசு வருடம் சித்திரை மாதம்) அச்சிற் பதிப்பிக்கப்பட்ட இப்புத்தகம் இப்போது கிடைப்பது அரிது. திருந்திய நல்ல பதிப்பாக அச்சிட்டு மீண்டும் இந்நூலினை உயிர்ப்பிக்கவேண்டுவது தமிழறிஞர் கடமையாகும்.

மாதிரிக்காக, இந்நூலினின்றும் சில செய்யுள்களைக் காட்டுவோம் :-

' மிக்கவன் போதியின் மேதக் கிருந்தவன் மெய்த்தவத்தால்
தொக்கவன் யார்க்குந் தொடரவொண் ணாதவன் தூயனெனத்
தக்கவன் பாதந் தலைமேற் புனைந்து தமிழுரைக்கப்
புக்கவன் பைம்பொழிற் பொன்பற்றி மன்புத்த மித்திரனே '

' ஆயுங் குணத்தவ லோகிதன் பக்க லகத்தியன்கேட்
டேயும் புவனிக் கியம்பிய தண்டமி ழீங்குரைக்க
நீயு முளையோ வெனிற்கரு டன்சென்ற நீள்விசும்பில்
ஈயும் பறக்கு மிதற்கென் கொலோசொல்லு மேந்திழையே ! '

' நாமே வெழுத்துச்சொ னற்பொருள் யாப்பலங் காரமெனும்
பாமேவு பஞ்ச வதிகார மாம்பரப் பைச்சுருக்கித்
தேமே வியதொங்கற் றேர்வீர சோழன் றிருப்பெயராற்
பூமே லுரைப்பன் வடநூன் மரபும் புகன்றுகொண்டே '
(பாயிரம்.)

' அறிந்த வெழுத்தம் முன் பன்னிரண்டாவிகளான, கம்முன்
பிறந்த பதினெட்டுமெய், நடுவாய்தம், பெயர்த்திடையா
முறிந்தன யம்முதலாறும், ஙஞண நமவென்று
செறிந்தன மெல்லினம், செப்பாதனவல்லினந்தே மொழியே '
(சந்தி-1.)

இந்நூல் உரைப் பகுதியினின்று மாதிரிக்காகக் கீழ்க்கண்ட பகுதியைத் தருகின்றோம். இது, பொருட் படலத்தில், 'நாற்குலப் பக்கம்' என்னும் தொடக்கத்தினையுடைய 19-ஆவது

செய்யுள் உரை :

"களவழி களத்திலழிவு. குரவையாவது, இன்றேர்க் குரவையிட்டாடுதல். ஆற்றலாவது, ஆரியரணாத் தன்பகை மிகையை மதியாது பொருமாற்றல், வல்லாண் பக்கமாவது, பகை வென்று விளங்கி மதிப்பெரு வாகை வண்டாரத்துப் பெறுவான் செங்களத்துப் புலர்ந்து மாய்தல். வேட்கையார் பக்கமாவது, விருந்தோம்பலு மழலோம்பலு முட்பட வெண்வகைத்தாம் பக்கம். மேன்மையாவது, பெரும்பகை தாங்கு மேன்மை. அது அருளொடு புணர்ந்தகவற்சியாம்.

' புனிற்றுப் பசியுழந்த புலிப்பிணவு தனாஅது
முலைமறாஅக் குழவி வாங்கி வாய்ப்படுத்
திரையெனக் கவர்ந்தது நோக்கி யாங்க
வேரிளங் குழவிமுன் சென்று தானக்
கூருகிர் வயமான் புலவுவேட்டுத் தொடங்கிய
வாளெயிற்றுக் கொள்ளையிற் றங்கினன் கதுவப்
பாசிலைப் போதி மேவிய பெருந்தகை
ஆருயிர் காவல் பூண்ட
பேரருட் புணர்ச்சிப் பெருமை தானே. '

பொருளாவது, அறம் பொருளின்ப மூன்று பொருளினும் விடாமற் புணர்ப்பது. காவலாவது, பிழைத்தோரைத் தாங்குதல். துறவாவது, தவத்தினை வென்ற பக்கம். அஃதாவது,

' வாடாப் போதி மரகதப் பாசடை
மரநிழ லமர்ந்தோ னெஞ்சம் யார்க்கும்
அருளின் றீந்தே னுறைப்பநனி நெகிழ்ந்து
மலரினு மெல்லி தென்ப வதனைக்
காமர் செவ்வி மாரன் மகளிர்
நெடுமா மழைக்கண் விலங்கி நிமிரிந்தெடுத்த
வாளும் போழ்ந்தில வாயின்
யாதோ மற்றது மெல்லிய வாறே. '

கொடை யென்பது,

' பாசடைப் போதி பேரருள் வாமன்
வரையா ஈகை போல யாவிருங்

கொடைப்படு வீரக் கொடைவலம் படுமின்
முன்ன ரொருமுறைத் தன்னுழை யிரந்த
அன்பி லரக்கர் வேண் டளவும் பருக
என்புதொறுங் கழிப்பித்தன் மெய்திறந்து வாக்கிக்
குருதிக் கொழும்பதங் கொடுத்தது மன்றிக்
கருசிமிட் பட்ட கள்ளப் புறவின்
மாய யாக்கை சொல்லிய தாற்றன்
உடம்பு நிறுத்துக் கொடுத்தது மன்றி ' எனவரும்.

படையாளர் பக்கமாவது, கருதியறியும் படையாளர் பக்கம். ஒற்றுமையாவது, சிறியோர் நாணப் பெரியோர் கூறிய கூறுபாட்டிற் கழிமனத்தையொற்றுமை கொள்ளல். 'மற்று'மென்றமையால், எட்டியல் சான்றோர் பக்கமுட்படக் கண்டுகொள்க. எட்டியலாவன :

' அழுக்கா றிலாமை யவாவின்மை தூய்மை
யொழுக்கங் குடிப்பிறப்பு வாய்மை-யிழுக்காத
நற்புலமை யோடு நடுவு நிலைமையே
கற்புடைய வெட்டுறுப்புக் காண் '

என்றமையாலறிக. சான்றோர் பக்கமாவது, பகைவர்கண்ணுந் தன்பாலார்கண்ணு மொப்புமையாகப் பாசறையுள்ளாச் சால்புடைமை கூறுதல். அஞ்சாச் சிறப்பென்பதுமது பிறவு மன்ன.

குண்டலகேசி

ஐம்பெருங்காப்பியங்களுள் ஒன்றாகிய இந்த நூல் இப்போது இறந்துபட்டது. 'தருக்கமாவன : ஏகாந்த வாதமும் அனேகாந்த வாதமும் என்பன. அவை குண்டலம், நீலம், பிங்கலம், அஞ்சனம், தத்துவதரிசனம், காலகேசி முதலிய செய்யுட்களுள்ளும் சாங்கிய முதலிய ஆறு தரிசனங்களுள்ளும் காண்க' என்று யாப்பருங்கல விருத்தியுரையாசிரியர் 'மாலை மாற்றே சக்கரம் சுழிகுளம்' என்னும் சூத்திர உரையில் கூறியிருப்பதனால், குண்டலகேசி தருக்கநூல் என்பது அறியப்படும். எனவே, பௌத்த சமயச் சார்பான இந்நூல் தருக்க

வாயிலாக ஜைனம், வைதீகம் முதலான சமயங்களைக் கண்டிப்பதாகும். இது பெரும்பான்மையும் விருத்தப் பாவினால் இயற்றப்பட்டதாதலின், இதனைக் 'குண்டலகேசி விருத்தம்' என்றும் கூறுவர். 'குண்டலகேசி முதலான காப்பிய மெல்லாம் விருத்தமாம்' என்பது வீர சோழிய (யாப்பு. 23-ஆம் பாட்டு) உரை. எனினும், இடையிடையே கலித்துறைச் செய்யுள்களும் விரவியிருந்தன என்பது 'குண்டலகேசி விருத்தம் . . . . முதலாயினவற்றுட் கலித்துறைகளு முளவாம்' எனவரும் வீர சோழிய (யாப்பு. 21-ஆம் செய்யுள்) உரையினால் விளங்குகின்றது. 'குண்டலகேசி . . . . முதலாகவுடையவற்றிற் றெறியாத சொல்லும் பொருளும் வந்தனவெனின், அகலக் கவி செய்வானுக்கு அப்படி யல்லதாகாதென்பது. அன்றியும், அவை செய்தகாலத்து அச்சொற்களும் பொருள்களும் விளங்கியிருக்கும் என்றாலும் அமையுமெனக் கொள்க' என்ற வீரசோழிய (அலங். 4-ஆம் செய்யுள்) உரைக் குறிப்பினால், இக்காவியத்தில் பொருள் தெரியாத சொற்கள் சில இருந்தன என்பது விளங்குகின்றது.

இந்நூலாசிரியர் நாதகுத்தனார் என்பவர். இதனை நீலகேசி 344 -ஆம் பாட்டுரையில் 'புழுக்குலந் தம்மால் நுகரவும் வாழவும் பட்ட வினைய வுடம்பு' என்னும் குண்டல கேசிச் செய்யுள் அடியை எடுத்துக் காட்டி, நாதகுத்தனார் வாக்கெனக் குறிப்பிடுவதனால் அறியலாம். (கீழ்க்காணும் மாதிரிச் செய்யுள் 3 -ஆவது காண்க.)

மணிமேகலைக் காப்பியத்தின் தலைவி மணிமேகலை என்பவளின் பெயரையே அக்காப்பியப் பெயராக சூட்டினமை போல, இக்காவியத் தலைவியின் பெயர் குண்டலகேசி என்பதாதலின், இக்காப்பியத்திற்குக் குண்டலகேசி என்னும் பெயர் சூட்டப்பட்டது. குண்டலகேசி என்பவள் புத்தர் உயிர் வாழ்ந்திருந்த காலத்தில் வடநாட்டிலிருந்த ஒரு பெண் துறவி. இப்பெண்மணியின் வரலாறு பாளி மொழியில் எழுதப்பட்ட பௌத்த நூலாகிய 'தேரிகாதையிலும்', 'தம்ம பாதா',

'அங்குத்தரநிகாயா' என்னும் நூலிலும் நீலகேசி என்னும் ஜைனத் தமிழ் நூல் (286 -ஆம் செய்யுள்) உரையிலும் கூறப்பட்டிருக்கின்றது. குண்டலகேசியின் வரலாற்றுச் சுருக்கம் வருமாறு :-

இராச கிருகம் என்னும் நகரத்தை அரசாண்ட அரசனது மந்திரிக்கு ஒரு பெண் குழந்தை பிறந்தது. அக்குழந்தைக்குப் பத்திரை எனப் பெயரிட்டுப் பெற்றோர் சீராட்டிப் பாராட்டி வளர்த்தார். இவ்வாறு வளர்ந்த அப்பெண் மகவு பெரியதாகி மணம் செய்யத்தக்க வயதினையடைந்தது. ஒருநாள், இப்பெண் தன் மாளிகையின் மேற்புறத்தில் உலாவியபோது, தெருவழியே கட்டழகு மிக்க காளையொருவனை அரசனது சேவகர் கொலைக்களத்துக்கு அழைத்துக்கொண்டு போவதைக் கண்டாள். கண்டதும் அக்காளையின்மேல் காதல் கொண்டாள். அவன் அரசனது புரோகிதன் மகன். வழிப்பறி செய்த குற்றத்திற்காகக் கொலைத்தண்டனை அடையப்பெற்றுக் கொலைகளத்திற்கு அழைத்தேகப்பட்டான். இக்குற்றவாளியின்மேல் காதல் கொண்ட பத்திரை, 'அவனையே மணம் புரிவேன்; அன்றேல் உயிர் விடுவேன்' என்று பிடிவாதம் செய்தாள். இதனையறிந்த இவள் தந்தை கொலையாளருக்குக் கைக்கூலி கொடுத்து அவனை மீட்டுக்கொண்டு வந்து நீராட்டி ஆடையணிகளை அணிவித்துப் பத்திரையை அவனுக்கு மணஞ் செய்வித்தான்.

மணமக்கள் இருவரும் இன்பமாக வாழும் காலத்தில் ஒருநாள், ஊடல் நிகழ்ச்சியின்போது பத்திரை தன் கணவனைப் பார்த்து, 'முன்பு கள்வன் அல்லனோ?' எனக் கூறினாள். அவன், அவள் தன்னை இகழ்ந்ததாகக் கருதி மிக்க சினங்கொண்டான். ஆயினும், அதனை அப்போது வெளியிற்காட்டாமல் அடக்கிக்கொண்டான்.

பின்னர், ஒரு நாள் அவன் பத்திரையை அழைத்து, அவளிடம், தன் உயிரைக் காப்பாற்றிய தெய்வத்தை வழிபடும் பொருட்டு

அருகிலிருக்கும் மலையுச்சிக்குப் போக விரும்புவதாகவும், அவளையும் உடன் வரும்படியாகவும் கூறினான். அவளும் இசைய, இருவரும் மலையுச்சிக்குச் சென்றனர். மலையுச்சியினை அடைந்தவுடன், அக்கொடியோன் அவளைச் சினந்து நோக்கி, 'அன்று நீ என்னைக் கள்வன் என்று கூறினாயன்றோ? இன்று உன்னைக் கொல்லப்போகின்றேன். நீ இறக்குமுன் உனது வழிபடு கடவுளை வணங்கிக்கொள்' என்றான். இதனைக் கேட்டுத் திடுகிட்ட அவள், 'தற்கொல்லியை முற்கொல்லவேண்டும்' என்னும் முதுமொழியைச் சிந்தித்து, அவன் கட்டளைக்குக் கீழ்ப்படிபவள்போல நடித்து, 'என் கணவனாகிய உன்னையன்றி எனக்கு வேறு தெய்வம் ஏது? ஆதலின், உன்னையே நான் வலம்வந்து வணங்குவேன்' என்று சொல்லி, அவனை வலம்வருவதுபோல் பின்புறம் சென்று, அவனை ஊக்கித் தள்ளினாள். இவ்வாறு அக்கொடியவன் மலையுச்சியினின்றும் வீழ்ந்து இறந்தான்.

இதன் பிறகு, பத்திரை உலகத்தை வெறுத்தவளாய், ஜைன மதத்தின் பிரிவாகிய நிகண்ட மதத்தில் சேர்ந்து துறவு பூண்டாள். அந்த மதக்கொள்கைப்படி, பத்திரையின் தலைமயிரைக் களைந்துவிட்டார்கள். ஆயினும், மீண்டும் தலையில் மயிர் வளர்ந்து சுருண்டு காணப்பட்டது. ஆகவே, 'சுருண்ட மயிரினையுடையவள்' என்னும் பொருள்படும் 'குண்டலகேசி' என்று அவளைக் கூறினர். இப்பெயரே பிற்காலத்தில் இவளுக்குப் பெரும்பாலும் வழங்கப்பட்டது. சில வேளைகளில் இவளது இயற்கைப் பெயரையும் காரணப் பெயரையும் ஒருங்கு சேர்த்துப் 'பத்திரா குண்டலகேசி' என்றும் சொல்வதுண்டு.

ஜைன மதத்திற் சேர்ந்த குண்டலகேசி ஜைனர்களிடம் சமய சாத்திரங்களையும் தர்க்க நூல்களையும் கற்றுத்தேர்ந்து, சமயவாதம் செய்யப் புறப்பட்டு, சென்றவிடமெங்கும் நாவல் நட்டு, வாதப்போர் செய்து வெற்றிகொண்டு வாழ்ந்தாள்.

(வாதப்போர் செய்வோர் நாவல் மரக்கிளையை ஊர்நடுவில் நட்டு வாதுக்கழைப்பது அக்கால வழக்கம்.) இவ்வாறு நிகழுங்கால், ஒருநாள் ஓர் ஊரையடைந்து, அவ்வூர் நடுவில் மணலைக் குவித்து நாவற்கிளையை நட்டு, உணவுபெறுவதற்காக வீடுதோறும் சென்றாள். அவ்வமயம் புத்தர் தமது சீடர்களுடன் அவ்வூருக்கருகிலிருந்த ஒரு தோட்டத்தில் வந்து தங்கினார். அவரது சீடர்களில் சாரிபுத்தர் என்பவர் உணவுக்காக அவ்வூர்க்குட் சென்றார். சென்றவர் அங்கு நாவல் நட்டிருப்பதைக் கண்ணுற்று, அதன் காரணத்தை அங்கிருந்தவர்களால் அறிந்து, அங்கிருந்த சிறுவர்களை அழைத்து, அக்கிளையினைப் பிடுங்கி எறியும்படி கூறினார். அவர்களும் அவ்வாறே செய்தனர்.

பின்னர், உணவு கொள்ளச் சென்ற குண்டலகேசி மீண்டும் திரும்பி வந்தபோது, தான் நட்ட நாவல் வீழ்த்தப்பட்டிருப்பதைக் கண்டு, அதனை வீழ்த்தியவர் அருகிலிருந்த சாரிபுத்தர் என்பதனையறிந்து, அவ்வூர்ப் பெரியோரை அழைத்து, அவை கூட்டச்செய்து, சாரி புத்தருடன் வாதம் செய்யத் தொடங்கினாள். நெடுநேரம் நடைபெற்ற வாதத்தில் குண்டலகேசி வினாவிய வினாக்களுக்கெல்லாம் சாரி புத்தர் விடையளித்தார். பின்னர், சாரிபுத்தர் வினாவிய வினாவுக்குக் குண்டலகேசி விடையிறுக்கத் தெரியாமல் தான் தோற்றதாகச் சொல்லி, அவர் காலில் விழுந்து வணங்கி, அவரை அடைக்கலம் புகுந்தாள். சாரிபுத்தர் குண்டலகேசியைப் பார்த்து, 'என்னிடம் அடைக்கலம் புகாதே, எனது குரு புத்த பகவானிடம் அடைக்கலம் புகுவாயாக' என்று சொல்லி அவளை அழைத்துச் சென்று புத்தரை வணங்கச் செய்தார். புத்தர் அவளுக்கு உபதேசம் செய்து, அவளைப் பௌத்த மதத்தில் சேர்த்தார். இதுவே குண்டலகேசி என்னும் தேரியின் வரலாறு.

இந்தக் குண்டலகேசி என்பவள் சமயவாதம் செய்யப் புறப்பட்டு, ஜைனம், வைதீகம் முதலான சமயங்களைத் தருக்க முறையாகக் கண்டிப்பதாக இயற்றப்பட்டதுதான் குண்டலகேசி

காப்பியம் என்பது. இந்தக் குண்டலகேசிக்கு விடையிறுத்து, ஜைனமதக் கொள்கையை நாட்ட இயற்றப்பட்டது, நீலகேசி என்னும் நூல். குண்டலகேசி இயற்றப் படாமலிருந்திருந்தால், நீலகேசியும் இயற்றப்பட்டிருந்திராது. இப்போது நீலகேசி உயிருடன் இருக்க, குண்டலகேசியோ இறந்து பட்டது. இது சமயப் பொறாமையின் விளைவு, சமயப்பகை தமிழ் நாட்டில் பெருந்தீங்கு விளைத்திருக்கின்றது. நினைத்தால் மனம் பதறுகின்றது. குண்டலகேசியை இழந்துவிட்டது தமிழ் நாட்டிற்குப் பெருங்குறையே, ஏனென்றால், தமிழ் நாட்டின் பழக்க வழக்கங்கள், சரித்திரக் குறிப்புகள், அக்காலத்திலிருந்த சமயங்கள்,. அவற்றின் கொள்கைகள் இவற்றையும், அக்காலத்தில் தமிழ் நாட்டுப்பௌத்த மதக்கொள்கைகளையும், அம்மதத்தின் நிலைமையையும் தெரிவிக்கக்கூடிய ஒரு நூலை நாம் இழந்துவிட்டோம். இந்த நூல் இயற்றப்பட்ட காலம் தெரியவில்லை.

குண்டலகேசி இறந்துவிட்டது. ஆயினும், பல நூல்களினின்றும் தொகுக்கப்பட்ட 'புறத்திரட்டு' என்னும் நூலில் குண்டலகேசிச் செய்யுள்கள் காணப்படுகின்றன. அன்றியும், தொல்காப்பிய உரை, யாப்பருங்கல விருத்தியுரை, வீரசோழிய உரை என்னும் இவற்றில் குண்டலகேசிச் செய்யுள்கள் சில மேற்கோள் காட்டப்பட்டுள்ளன. செய்யுள் நடை மாதிரிக்காக அவற்றுட் சிலவற்றைக் கீழே தருகின்றோம் :-

கடவுள் வாழ்த்து.

' முன்றான் பெருமைக்க ணின்றான் முடிவெய்து காறும்
நன்றே நினைந்தான் குணமே பொழிந்தான் தனக்கென்
றொன்றானு முள்ளான் பிறர்க்கே யுறுதிக் குழந்தா
னன்றே யிறைவ னவன்றாள் சரணங்க ளன்றே. '

' நோய்க்குற்ற மாந்தர் மருந்தின்சுவை நோக்ககில்லார்
தீக்குற்ற காதலுடையார் புகைத்தீமை யோரார்
போய்க்குற்ற மூன்று மறுத்தான்புகழ் கூறுவேற்கென்

வாய்க்குற்ற சொல்லின் வழூவும் வழூ வல்லவன்றே. '

' எனதெனச் சிந்தித்த லான்மற் றிவ்வுடன் பின்பத்துக்காமேல்
தினைப் பெய்த புன்கத்தைப் போலச் சிறியவு மூத்தவுமாகி
நுழைய புழுக்குலந் தம்மா னுகரவும் வாழவும் பட்ட
இனைய உடம்பினைப் பாவி யானென தென்னலு மாமோ. '

' வகையெழிற் றோள்களென்று மணிநிறக் குஞ்சி யென்றும்
புகழெழ விகற்பிக்கின்ற பொருளில்கா மத்தை மற்றோர்
தொகையெழுங் காதல் தன்னால் துய்த்துயாந்
துடைத்துமென்பார்
அகையழ லழுவந்தன்னை நெய்யினால விக்கலாமோ '

' அனலென நினைப்பிற் பொத்தி யகந்தலைக் கொண்ட காமக்
கனலினை யுவர்ப்பு நீராற் கடையற வலித்து மென்னார்
நினைவிலாப் புணர்ச்சி தன்னால் நீக்குது மெனறு நிற்பார்
புனலினைப் புனலினாலே யாவர்போ காமை வைப்பார். '

' பாளையாந் தன்மை செத்தும் பாலனாந் தன்மை செத்துங்
காளையாந் தன்மை செத்தும் காமுறு மிளமை செத்தும்
மீளுமிவ் வியல்பு மின்னே மேல்வரு மூப்பு மாகி
நாளுநாட் சாகின்றோமால் நமக்குநா மழாத தென்னோ. '

சித்தாந்தத் தொகை

இது இறந்துபட்ட நூல்களுள் ஒன்று. இது பௌத்த மதக் கொள்கைகளைத் தொகுத்துக் கூறும் நூல் எனத் தெரிகின்றது. இதனை இயற்றியவர் இன்னார் என்பதும், ஒருவரா பலரா என்பதும் தெரியவில்லை. இயற்றப்பட்ட காலமும் தெரியவில்லை. சிவஞான சித்தியார் என்னும் சைவசமய நூலுக்கு ஞானப்பிரகாசர் என்பவர் தாம் எழுதிய உரையில் (பரபக்கம் சௌத்திராந்திகன் மதம், 2, 31 பாட்டுக்களின் உரை) கீழ்க்கண்ட செய்யுளை இந்நூலிலிருந்து மேற்கோள் காட்டியிருக்கின்றார் :

' அருணெறியாற் பாரமிதை யாறைந்து முடனடக்கிப் பொருண்முழுதும் போதியின்கீழ் முழுதுணர்ந்த முனிவரன்றன் அருண்மொழியா னல்வாய்மை யறிந்தவரே பிறப்பறுப்பார் மருணெறியாம் பிறநூலும் மயக்கறுக்கு மாறுளதோ. '

"மருடரு மனம்வாய் மெய்யிற் கொலைமுதல் வினைபத்தாமே' என்பது சித்தாந்தத் தொகை" என்று நீலகேசி, புத்தவாதச் சருக்கம் 64-ஆம் பாட்டுரையில் கூறப்பட்டிருக்கின்றது. இவற்றைத் தவிர இந்நூற் செய்யுள்கள் வேறொன்றும் கிடைக்கவில்லை.

திருப்பதிகம்

இதுவும் இறந்துபட்ட நூலுள் ஒன்று. இந்நூல் ஆசிரியர் யாவர், இந்நூல் எத்தனைப் பாக்களைக் கொண்டது என்னும் செய்திகள் ஒன்றும் தெரியவில்லை. காலமும் தெரியவில்லை. இந்நூலின் பெயரைக்கொண்டு இது புத்தர் மீது இயற்றப்பட்ட தோத்திர நூல் என்று கருத இடமுண்டாகின்றது. சிவஞான சித்தியார் (பரபக்கம் : சௌத்திராந்திகன் மதம், 2-ஆம் செய்யுள், மேற்படி மறுதலை, 8-ஆம் செய்யுள்) உரையில், ஞானப்பிரகாசர் கீழ்க்கண்ட செய்யுளை மேற்கோள் காட்டி, 'இது திருப்பதிகம் எனக் கொள்க' என்று குறிப்பிட்டிருக்கின்றார்:

' எண்ணிகந்த காலங்க ளெம்பொருட்டான் மிகவுழன்று எண்ணிகந்த காலங்க ளிருடீர வொருங்குணர்ந்தும் எண்ணிகந்த தானமுஞ் சீலமு மிவையாக்கி எண்ணிகந்த குணத்தினா னெம்பெருமா னல்லனோ '.

நீலகேசி உரையாசிரியர் கடவுள் வாழ்த்து உரையில், மேலே காட்டிய செய்யுளையும், கீழ்க்கண்ட செய்யுளையும் மேற்கோள் காட்டியுள்ளார். ஆனால், அவர் இச்செய்யுள்கள் இந்நூலிலிருந்து எடுக்கப்பட்டன எனக் குறிப்பிடவில்லை. ஆயினும், அவர் காட்டிய கீழ்க்கண்ட செய்யுளும் இந்த நூலைச் சேர்ந்ததுதான் என்பதில் ஐயமில்லை :

' என்றுதா னுலகுய்யக் கோளெண்ணினா னதுமுதலாச் சென்றிரந்தார்க் கீந்தனன் பொருளுடம் புறுப்புக்க

டுன்றினன் பிறக்குந னுளனாயின் மாமேருக் குன்றியின் றுணையாகக் கொடுத்திட்டா னல்லனோ'.

விம்பசார கதை

இந்தப் பெயர்கொண்ட பௌத்தநூல் ஒன்றிருந்ததென்பது நீலகேசி உரையினால் (190-ஆவது பாட்டுரை) அறியப்படும். நீலகேசி உரையாசிரியர் விம்பசார கதையிலிருந்து நான்கு அடிகளை மேற்கோள் காட்டி, 'இது விம்பசார கதை என்னும் காவியம்; பௌத்தருடைய நூல்; அதன்கட் கண்டு கொள்க' என்று எழுதியிருக்கின்றார். சிவஞான சித்தியார் என்னும் நூலுக்கு உரையெழுதிய ஞானப்பிரகாசர் (பர : சௌத்தி : மறுதலை. 5-ஆம் செய்யுளுரை) நீலகேசி உரையாசிரியர் மேற்கோள் காட்டிய அதே நான்கடிகளை மேற்கோள் காட்டி, விம்பசார கதையைப்பற்றி அவர் எழுதியவற்றை அவ்வாறே எழுதியிருக்கிறார்.

விம்பசார கதை என்னும் இந்தக் காப்பியம் எத்தனைச் செய்யுள்களையுடையது, எத்தனை அதிகாரங்களையுடையது, இதனை இயற்றியவர் யாவர் என்பதைப்பற்றி ஒன்றும் தெரியவில்லை. ஆயினும், இக்காப்பியத்தின் பெயரைக் கொண்டு, புத்தர் காலத்தில் இருந்தவனும், அவருக்குப் பல விதத்திலும் தொண்டுசெய்து அவரை ஆதரித்துவந்தவனுமான விம்பசாரன் என்னும் அரசனது வரலாற்றினைக் கூறுவது இக்காப்பியம் என்று கருதக் கிடக்கின்றது. விம்பசாரனது வரலாற்றுச் சுருக்கம் இதுவாகும்.

விம்பசாரன் அல்லது பிம்பசாரன் என்னும் அரசன் இராசகிருகம் என்னும் நகரைத் தலைநகராகக் கொண்ட மகத நாட்டை (கி. மு. 540 முதல் 490 வரையில்) அரசாண்டு வந்தான். அக்கால்திில் ஒருநாள், இல்லற வாழ்க்கையைத் துறந்து, துன்பத்தை நீக்கும் வழியைக் காண்பதற்காகச் செல்லும் சித்தார்த்தரை அரன்மனையில் இருந்தபடியே வீதியில் கண்ட விம்பசாரன், அவரை அழைத்துத் தன்னிடம் தங்கியிருக்கும்படி

வேண்டினான். சித்தார்த்தர், தாம் செல்லும் நோக்கத்தைத் தெரிவிக்க, அவன் உமது நோக்கம் நிறைவேறிய பிறகு என்னிடம் வரவேண்டும் என்று இரந்து வேண்டினான். சித்தார்த்தர் அதற்கு உடன்பட்டு, அவனிடம் விடைபெற்றுச் சென்றார். பின்னர், சித்தார்த்தர் புத்தரான பிறகு, விம்பசாரனுக்குத் தாம் வாக்களித்ததை நினைத்து, தமது சீடர்களுடன் இராசகிருகத்தின் அருகில் உள்ள சுபதித்த சேதியத்தில் வந்து தங்கினார். இதனையறிந்த அரசன் தனது சுற்றத்தாருடன் சென்று புத்தரை வணங்க, அவர் அவர்களுக்கு உபதேசம் செய்தார். அன்று முதல் அரசன் பௌத்த மதத்தை மேற்கொண்டான். அடுத்த நாள் அரசன் புத்தரையும் அவரது சீடர்களையும் அரண்மனைக்கழைத்து அவர்களுக்கு விருந்தளித்த பின்னர், அவர்கள் தங்குவதற்கு 'வெளுவனம்' என்னும் தோட்டத்தைப் புத்தருக்குத் தானமாகக் கொடுத்தான். அன்றியும், அவன் இறக்கும்வரையில் புத்தருக்கும் அவரது சங்கத்தாருக்கும் பற்பல உதவிகளையும் தொண்டுகளையும் செய்துவந்தான்.

இந்த அரசனுக்கு அஜாத சத்துரு என்னும் மகன் ஒருவன் உண்டு. இப்பிள்ளை பிறக்கும்போதே, இவனால் அரசனுக்கு மரணம் நேரிடும் என்று நிமித்திகர் கூறினர்.

புத்தருக்கு மைத்துனன் ஒருவன் இருந்தான். அவன் பெயர் தேவதத்தன் என்பது. அவன் புத்தரது தாய் வழி மாமனது மகன். இந்தத் தேவதத்தன், புத்தர் உலகத்தாரால் போற்றிப் புகழப்படுவதைக் கண்டு பொறாமை கொண்டான். பௌத்த சங்கத்தின் தலைவராக வீற்றிருக்கும் புத்தரை நீக்கிவிட்டு, அவர் இடத்தில் தான் அமர்ந்து பெருமையடைய அவாக்கொண்டான். ஆனால், புத்தரும், விம்பசார அரசனும் உயிரோடுள்ளவரையில் தனது விருப்பம் நிறைவேறாதெனக் கண்டு, அவர்களைக் கொல்லச் சூழ்ச்சி செய்தான்.

தேவதத்தன் சில சித்திகள் கைவரப்பெற்றவனாகலின், அவன்

அரசன் மகன் அஜாத சத்துருவிடம் சென்று, அவன் அஞ்சும்படி சில சித்திகளைச் செய்து, அவனைத் தன்வசப்படுத்தி, அரசனைக் கொன்று அரசைக் கைப்பற்றிக்கொள்ளுமாறும், புத்தரைக் கொன்று பௌத்த சங்கத் தலைமைப் பதவியைத் தனக்களிக்குமாறும் அவனுக்குக் கூறினான். இவனது சித்திகளைக் கண்டு இவனிடம் அச்சமும் மதிப்புங் கொண்ட அரசகுமாரன் இவன் கற்பித்த தீச்செயல்களைச் செய்ய உடன்பட்டான்.

தேவதத்தன், அரசகுமாரன் உதவியால் சில வில்வீரர்களை ஆங்காங்கேயிருக்கச் செய்து, புத்தர் பாதைவழியே செல்லும்போது அவரை அம்பெய்து கொல்லுமாறு ஏவினான். புத்தர் வீதிவழியே சென்றபோது, வில்வீரர்கள் அவர்மேல் அம்பெய்ய முடியாதவர்களாகி விறைத்து நின்றனர். பின்னர், அவர்கள் புத்தரிடம் வந்து அவரிடம் உபதேசம் பெற்றுச் சென்றனர். தனது நோக்கம் நிறைவேறாமற் போனதைக் கண்ட தேவதத்தன், தானே புத்தரைக் கொல்ல முடிவுசெய்து, அவர் பாதைவழியே செல்லும்போது பெரும் பாறைகளை மலைமீதிருந்து உருட்டினான். அவை அவருக்குப் பெரிய ஊறு செய்யவில்லையாயினும், காலில் சிறிது காயத்தையுண்டாக்கின. இதனையறிந்த அவரது சீடர்கள் அவரை வெளியே செல்லக்கூடாது என்று தடுத்தார்கள். புத்தர், 'ததாகதருடைய உயிரைப் போக்க ஒருவராலும் ஆகாது' என்று சொல்லி, தம் வழக்கம்போல் வெளியே சென்றுவந்தார். பின்னர், தேவதத்தன் அரச குமாரன் உதவியால், 'நளாகிரி' என்றும், 'தனபாலன்' என்றும் பெயருள்ள மதம்பிடித்த யானையைக் கள்ளூட்டி வெறிகொள்ளச் செய்து, புத்தர் வீதிவழியே செல்லும் போது அவரைக் கொல்ல அதை ஏவினான். அவ்யானை புத்தரைக் கண்டபோது மதமும் வெறியும் தணியப்பெற்று அவரை வணங்கியது.

இவ்வாறு, தேவதத்தன் புத்தரைக் கொல்லச் சூழ்ச்சி செய்திருக்க, அஜாத சத்துரு அரசனைக் கொல்லச் சூழ்ச்சி

செய்தான். இதனையறிந்த அரசன் தன் மகனுக்கு அரசாட்சியைக் கொடுத்துவிட்டுத் தான் அப்பதவியினின்றும் விலகிக்கொண்டான். ஆயினும், தேவதத்தன் அரசகுமாரனிடம் சென்று, அரசனைக் கொல்லும்படி வற்புறுத்தினான். அதனைக் கேட்டு, அஜாத சத்துரு அரசனைச் சிறைப்படுத்தி, காற்றோட்டமில்லாத 'பொதியறை'யில் அடைத்து, அரசியைத் தவிர ஒருவரும் அங்குச் செல்லக்கூடாதென்றும், ஒருவரும் அவனுக்கு உணவு கொடுக்கக்கூடாதென்றும் கட்டளையிட்டான். இவ்வாறு சிறைப்பட்ட விம்பசார அரசனுக்கு அவனது மனைவி அவனைக் காணச் செல்லும்போதெல்லாம் தனது உடையில் உணவை மறைத்துக்கொண்டுபோய்க் கொடுத்துவந்தாள். இது கண்டறியப்பட்டபின், தனது தலையணியில் சிறிது உணவை மறைத்துக் கொண்டுபோனாள். இதுவுங் கண்டறியப்பட்டபோது, இந்த அரசி நீராடித் தன் உடம்பில் 'சாதுர் மதுரம்' என்னும் நால்வகை இனிப்பு வகைகளைப் பூசிக்கொண்டு அரசனிடம் சென்றாள். அரசன் அவள் உடம்பில் பூசப்பட்ட இனிப்பை நக்கி உண்டு உயிர் வாழ்ந்தான். இதுவும் கண்டுபிடிக்கப்பட்டு, அரசி விம்பசாரனைப் பார்க்கக்கூடாதென்று தடுக்கப்பட்டது. விம்பசாரன் மனம் கவலாமல் பொதியரையாகிய அச்சிறையில் உலாவிக்கொண்டிருந்தான். இதனையறிந்த அஜாத சத்துரு சில மயிர்வினைஞரை அனுப்பி, விம்பசாரனுடைய பாதத்தைக் கத்தியால் கீறியறுத்து, உப்பையும் புளித்த காடியையும் இட்டுக் கட்டுமாறு கூறினான். இக்கொடுஞ் செயலைச் செய்ய மனமற்றவராக இருந்தும், அவ்வூழியர் அவ்வாறே செய்தனர். இக்கொடுமைகளால் ஏற்பட்ட துன்பத்தைத் தாங்கப் பெறாமல், விம்பசாரன் சிறைச்சாலையில் உயிர்நீத்தான்.

விம்பசாரன் உயிர் துறந்த அதே நாளில், அஜாத சத்துருவுக்கு ஒரு குழந்தை பிறந்தது. அப்போது, குழந்தையிடத்தில் தந்தைக்கு உண்டாகும் அன்புணர்ச்சி அவனுக்கு ஏற்பட்டது. தன்னையும் தன் தந்தை இப்படித்தானே நேசித்திருப்பான் என்று கருதி,

அவன் தன் தாயிடம் சென்று இதைப்பற்றி வினாவினான். அஜாத சத்துரு பிறந்தது முதல் விம்பசார அரசன் எவ்வாறு அவனை அன்பாக நேசித்தான் என்பதனையும், எவ்வாறு கண்ணுக்குக் கண்ணாயும் உயிருக்குயிராயும் போற்றிக் காப்பாற்றினான் என்பதனையும் அவள் அவனுக்கு விளக்கிச் சொன்னாள். இவற்றையெல்லாங் கேட்ட அஜாத சத்துரு தான் தன் தந்தையாகிய விம்பசார அரசனைக் கொடுமையாய்ச் சித்திரவதை செய்து கொன்றதை நினைத்து வருந்தினான்.

இவ்வரலாற்றினைப் பொருளாகக் கொண்டு இயற்றப்பட்டது இந்த விம்பசார கதை என்னும் காப்பியம் எனத் தோன்றுகின்றது. இது இயற்றப்பட்ட காலம் தெரியவில்லை. இந்தக் காப்பியத்தினின்று நமக்குக் கிடைத்திருப்பன நான்கு அடிகள்மட்டுமே. அவை பின் வருவன :

' உலும்பினி வனத்துள் ஒண்குழைத் தேவி
வலம்படு மருங்குல் வடுநோ யுறாமல்
ஆன்றோன் அவ்வழித் தோன்றினன் ஆதலின்
ஈன்றோள் ஏழ்நாள் இன்னுயிர் வைத்தாள்.'

இச்செய்யுள் நடையை நோக்கும்போது, இந்தக் காப்பியம், மணிமேகலையைப் போன்றே ஆசிரியப்பாவினால் இயற்றப்பட்டிருக்கவேண்டும் எனத் தோன்றுகின்றது.

வளையாபதி

ஐம்பெரும் காப்பியங்களுள் இதுவும் ஒன்று. இந்நூல் இப்போது இறந்துபட்டதாகலின், இது பௌத்தச் சார்பினதா, அன்றி ஜைனச் சார்பினதா என்று துணிந்துகூற இயலவில்லை. ஆயினும், இது பௌத்த நூல் என்று பலரால் கருதப்படுகின்றபடியால், இது இப்பகுதியில் சேர்க்கப்பட்டது. இக்காவியத்தினின்று எடுக்கப்பட்ட சில பாடல்கள் 'புறத்திரட்டு' என்னும் நூலில் தொகுக்கப்பட்டுள்ளன. அன்றியும், சிலப்பதிகார உரையில் இரண்டு செய்யுள்களும், யாப்பருங்கல விருத்தியில் இரண்டு செய்யுள்களும்

இக்காவியத்தினின்றும் மேற்கோள் காட்டப்பட்டுள்ளன. இக்காவியத்தின் தலைவன் யாவன், அவன் வரலாறு யாது, இதன் ஆசிரியர் யாவர், எத்தனை அதிகாரங்களைக் கொண்டது என்பன தெரியவில்லை. இந்நூற் செய்யுள்களில் திருக்குறளிற் காணப்படும் சொற்களும் சொற்றொடர்களும் எடுத்தாளப்பட்டுள்ளன. இக்காவியத்தின் செய்யுள்நடை மாதிரிக்காகக் கீழ்க்காட்டப்பட்ட செய்யுள்களில், இரண்டாவது செய்யுளில், திருக்குறள் ஒன்றனை இவ்வாசிரியர் எடுத்தாண்டிருப்பது நோக்கத்தக்கது.

கடவுள் வாழ்த்து.

' உலக மூன்று மொருங்குட னேத்து மாண்
டிலக மாய திறலறி வன்னடி
வழுவி னெஞ்சொடு வாலிதி னாற்றவுந்
தொழுவல் தொல்வினை நீங்குக வென்றியான்.' 1.

' மற்றுந் தொடர்ப்பா டெவன்கொல் பிறப்பறுக்க
லுற்றார்க் குடம்பு மிகையிவை யுள்வழிப்
பற்றா வினையாய்ப் பலபல யோனிக
ளற்றா யுழலு மறுத்தற் கரிதே.' 2.

' உயர்குடி நனியுட் டோன்றல், ஊனமில் யாக்கையாதல்,
மயர்வறு கல்விகேள்வித் தன்மையால் வல்லராதல்,
பெரிதுணர் வறிவே யாதல், பேரறங் கோடல் என்றாங்
கரிதிவை பெறுத லேடா பெற்றவர் மக்க ளென்பார்.' 3.

' குலந்தரும் ; கல்வி கொணர்ந்து முடிக்கும் ;
அலந்த கிளைக ளழிபசி தீர்க்கும் ;
நிலம்பக வெம்பிய நீள்சுரம் போகிப்
புலம்பில் பொருள்தரப் புன்கண்மை யுண்டோ ?' 4.

' பொறையிலா வறிவு, போகப் புணர்விலா விளமை, மேவத்
துறையிலா வனசவாவி, துகிலிலாக் கோலத் தூய்மை,

நறையிலா மாலை, கல்விநலமிலாப் புலமை, நன்னர்ச்
சிறையிலா நகரம் போலும் சேயிலாச் செல்வமன்றே.' 5.

' பொய்யன் மின்புறங் கூறன்மின், யாரையும்
வையன் மின்வடி வல்லன சொல்லிநீர்
உய்யன் மின்னுயிர் கொன்றுண்டு வாழுநாட்
செய்யன் மின்சிறி யாரோடு தீயன.' 6.

' தொழுமக னாயினுந் துற்றுடை யானைப்
பழுமரஞ் சூழ்ந்த பறவையிற் சூழ்ப ;
விழுமிய ரேனும் வெறுக்கை யுலந்தால்
பழுமரம் வீழ்ந்த பறவையிற் போப.' 7.

' வித்தகர் செய்த விளங்குமுடி கவித்தார்
மத்தக மாண்பழிதல் காண்வழி நெஞ்சே.
மத்தக மாண்பழிதல் கண்டால் மயங்காதே
உத்தம நன்னெறிக்க ணில்வாழி நெஞ்சே.
உத்தம நன்னெறிக்க ணின்றூக்கஞ் செய்தியேல்
சித்தி படர்தல் தெளிவாழி நெஞ்சே.' 8.

அதிகாரம் 9. தமிழில் பாளிமொழிச் சொற்கள்.

வாணிகம், மதம், அரசாட்சி முதலிய தொடர்புகளினாலே ஒரு தேசத்தாரோடு இன்னொரு தேசத்தார் கலந்து உறவாடும்போது அந்தந்தத் தேசத்து மொழிகளில் அயல்நாட்டுச் சொற்கள் கலந்துவிடுவது இயற்கை. வழக்காற்றிலுள்ள எல்லா மொழிகளிலும் வெவ்வேறு பாஷைச் சொற்கள் கலந்திருப்பதைக் காணலாம். இந்த இயற்கைப்படியே தமிழிலும் வெவ்வேறு மொழிச் சொற்கள் சில கலந்து வழங்குகின்றன. இவ்வாறு கலந்து வழங்கும் வேறுமொழிச் சொற்களைத் திசைச்சொற்கள் என்பர் இலக்கண ஆசிரியர்.

தமிழில் போர்ச்சுகீசு, ஆங்கிலம், உருது, அரபி முதலிய அயல்மொழிச் சொற்கள் சில கலந்துவிட்டது போலவே, பாகத (பிராகிருத) மொழிகளில் ஒன்றான பாளி மொழியிலிருந்தும் சில சொற்கள் கலந்து காணப்படுகின்றன. பாளி மொழி இப்போது வழக்காறின்றி இறந்து விட்டது. என்றாலும், பண்டைக் காலத்தில், வட இந்தியாவில் மகதம் முதலான தேசங்களில் அது வழக்காற்றில் இருந்துவந்தது. 'தனக்கென வாழாப் பிறர்க்குரியாளன்' எனப் போற்றப்படும் கௌதம புத்தர், இந்தப் பாளி மொழியிலேதான் தமது உபதேசங்களை ஜனங்களுக்குப் போதித்து வந்தார் என்பர். பாளி மொழிக்கு மாகதி என்றும் வேறு பெயர் உண்டு. மகத நாட்டில் வழங்கப்பட்டதாகலின், இப்பெயர் பெற்றது போலும். வைதீக மதத்தாருக்குச் சம்ஸ்கிருதம் 'தெய்வ பாஷை'யாகவும் ஆருகதருக்குச் சூரசேனி என்னும் அர்த்த மாகதி 'தெய்வ பாஷை'யாகவும் இருப்பதுபோல, பௌத்தர்களுக்கு மாகதி என்னும் பாளிமொழி 'தெய்வபாஷை'யாக இருந்துவருகின்றது. ஆகவே, பண்டைக் காலத்தில் எழுதப்பட்ட பௌத்த நூல்கள் எல்லாம் பாளிமொழியிலே எழுதப்பட்டுவந்தன.

பிற்காலத்தில், மகாயான பௌத்தர்கள், பாளி மொழியைத் தள்ளி, சம்ஸ்கிருத மொழியில் தமது சமய நூல்களை இயற்றத் தொடங்கினார்கள். ஆனாலும், தென் இந்தியா, இலங்கை, பர்மா ஆகிய இடங்களில் உள்ள பௌத்தர்கள் தொன்று தொட்டு இன்று வரையில் பாளிமொழியையே தங்கள் 'தெய்வ மொழி'யாகப் போற்றிவருகின்றார்கள். பௌத்த மதம், தமிழ் நாட்டில் பரவி நிலைபெற்றிருந்த காலத்தில், அந்த மதத்தின் தெய்வ பாஷையான பாளி மொழியும் தமிழ் நாட்டில் இடம் பெற்றது.

பாளிமொழி தமிழ் நாட்டில் இடம் பெற்றிருந்தது என்றால், தமிழ் நாட்டுப் பௌத்தர்கள் அந்த மொழியைப் பேசிவந்தார்கள் என்று கருதக்கூடாது. பாளிமொழி ஒரு போதும் தமிழ்நாட்டுப் பௌத்தப் பொது மக்களால் பேசப்படவில்லை. ஆனால், பௌத்தக் குருமாரான தேரர்கள் பாளிமொழியில் இயற்றப்பட்ட தமது மதநூல்களைப் படித்துவந்தார்கள். பிராமணர்கள், தமது மதவிஷயங்களை அறியத் தமது 'தெய்வமொழி'யான சம்ஸ்கிருத மொழியில் எழுதப்பட்ட நூல்களைப் படிப்பதும், உலக நடவடிக்கையில் தமிழ், தெலுங்கு முதலான தாய்மொழிகளைக் கையாளுவதும் போல, பௌத்தப் பிக்ஷுக்களும் தமது மதநூல்களை மட்டும் பாளிமொழியில் கற்றும், உலக வழக்கில், தமிழ் நாட்டினைப் பொறுத்தமட்டில், தமிழ் மொழியைக் கையாண்டும்வந்தார்கள். இந்தப் பிக்ஷுக்கள் பொது மக்களுக்குப் பாளிமொழி நூலிலிருந்து மத உண்மைகளைப் போதித்த போது, சில பாளிமொழிச் சொற்கள் தமிழில் கலந்து விட்டன.

இவ்வாறே, அர்த்த மாகதி என்னும் வேறு பாகத மொழிச் சொற்களும், சம்ஸ்கிருதமொழிச் சொற்களும் ஆருகத மதத்தவராகிய ஜைனர்களாலே தமிழில் கலந்துவிட்டன. ஆருகதரும் பௌத்தரும் தமிழை நன்கு கற்றவர். அதனோடு பாகத, சம்ஸ்கிருத மொழிகளையும் பயின்றவர். இதனை

ஆகமத்தொடு மந்திரங்கள் அமைந்த சங்கத பங்கதமாப்
பாகதத்தோ டிரைத்துரைத்த சனங்கள் . . . . '
என்று சமணரைப்பற்றித் திருஞான சம்பந்தர் திருவாலவாய்ப் பதிகத்தில் கூறியிருப்பதனாலும் அறியலாம்.

மாகதி என்னும் பாளிமொழிச் சொற்கள் சில தமிழில் கலந்துள்ளன என்பதைத் தக்கயாகப் பரணி உரையாசிரியர் கூறியதிலிருந்தும் உணரலாம். 410-ஆம் தாழிசை உரையில், 'ஐயை - ஆரியை. இதன் பொருள் உயர்ந்தோளென்பது. ஆரியையாவது சங்கிருதம்; அஃது ஐயையென்று பிராகிருதமாய்த் திரிந்தவாறு; மாகதமென்னலுமாம்' என்று எழுதியிருப்பதைக் காண்க. அன்றியும், 485-ஆம் தாழிசையுரையில் 'தளம்=எழு; இது பஞ்சமா ரூடபத்திர தளம்; இது மாகதம்' என எழுதியிருப்பதையுங் காண்க.

தமிழ்நாட்டிலே, காஞ்சீபுரம், காவிரிப்பூம்பட்டினம் (புகார்), நாகைப்பட்டினம், உறையூர், பூதமங்கலம், மதுரை, பாண்டி நாட்டுத் தஞ்சை, மானாவூர், துடிதபுரம், பாடலீபுரம், சாத்தமங்கை, போதிமங்கை, சங்கமங்கை, அரிட்டாபட்டி, பௌத்தபுரம் முதலான ஊர்களில் பாளிமொழியை நன்கறிந்திருந்த பௌத்த ஆசிரியர் பண்டைக்காலத்திருந்தனர் என்பது பௌத்த நூல்களாலும் பிற நூல்களாலும் தெரிய வருகின்றது. பாளிமொழியை நன்கு கற்றுத் தேர்ந்து, அந்த மொழியில் நூல்களை இயற்றிய தமிழ்நாட்டுப் பௌத்த ஆசிரியர்களின் வரலாற்றினைத் 'தமிழ் நாட்டுப் பௌத்தப் பெரியார்' என்னும் தலைப்பெயரையுடைய அதிகாரத்தில் காண்க. இது நிற்க.

தமிழில் கலந்து வழங்கும் பாளிமொழிச் சொற்கள் அனைத்தினையும் எடுத்துக்காட்ட இயலவில்லை. அவ்வாறு செய்வது தமிழ், பாளி என்னும் இருமொழிகளையும் நன்கு கற்றுத் தேர்ந்த அறிஞர்களால்மட்டுமே இயலும். ஆயினும், பாளிமொழிச் சொற்கள் தமிழில் அதிகம் இருப்பதாகத்

தெரியவில்லை. யாம் அறிந்தமட்டில், தமிழில் வழங்கும் பாளிச்சொற்கள் சிலவற்றைக் கீழே தருகின்றோம் :

ஆராமம்

பூந்தோட்டம் என்பது பொருள். பௌத்தரின் பள்ளி, விகாரை, தூபி முதலியவை இருக்கும் இடத்தைச் சேர்ந்த பூஞ்சோலைகளுக்கு இப்பெயர் வழங்கப்பட்டதாகத் தெரிகின்றது. இச்சொல் மணிமேகலையில் வந்துள்ளது.

சமணர்

இப்பெயர் ஜைன, பௌத்தத் துறவிகளுக்குப் பொதுப்பெயர். ஆயினும், இப்போது தமிழ்நாட்டில் ஜைன மதத்தினரைமட்டும் குறிக்கத் தவறாக வழங்கப்படுகின்றது. வடமொழியில் இது 'ஸ்ரமணர்' என்று வழங்கப்படுகிறது. இச்சொல் தேவாரம், மணிமேகலை முதலிய நூல்களில் காணப்படுகின்றது.

சைத்தியம்; சேதியம்; தூபம்; தூபி

இச்சொற்கள் பௌத்தர் வணங்குதற்குரிய கட்டிடங்கள், ஆலயங்கள், முதலியவற்றைக் குறிக்கின்றன. 'தூபம்', 'தூபி' என்பனவற்றை 'ஸ்தூபம்', 'ஸ்தூபி' என்னும் வடமொழிச் சொற்களின் தமிழ்த் திரிபாகவும் கொள்ளலாம். ஆயினும், பாளிமொழியிலிருந்து தமிழில் வந்ததாகக் கொள்வதுதான் பொருத்த முடையது. இச்சொற்களை மணிமேகலை, நீலகேசி முதலிய நூல்களில் காணலாம்.

தேரன், தேரி

இவை பௌத்தத் துறவிகளில் மூத்தவர்களுக்கு வழங்கும் ஆண்பாற் பெண்பாற் பெயர்கள். இச்சொற்கள் மணிமேகலை,

நீலகேசி, தேவாரம் முதலிய நூல்களில் வந்துள்ளன.

பிக்ஷு, பிக்ஷுணி

(பிக்கு, பிக்குணி) முறையே பௌத்த ஆண், பெண் துறவிகளைக் குறிக்கின்றன. மணிமேகலை, நீலகேசி முதலிய நூல்களில் இச்சொற்கள் காணப்படுகின்றன.

விகாரை, விகாரம்

பௌத்தக் கோயிலுக்கும், பிக்ஷுக்கள் வாழும் இடத்துக்கும் பெயர்.

வேதி, வேதிகை

திண்ணை என்பது பொருள். அரசு முதலான மரங்களின்கீழ் மக்கள் தங்குவதற்காகக் கட்டப்படும் மேடைக்குப் பெயர்.

தொடர்புரை 1 : புத்தர் தோத்திரப் பாக்கள்.

வீரசோழிய உரை, நீலகேசி உரை முதலியவற்றில் புத்தரைப்பற்றிய பாடல்கள் பல காணப்படுகின்றன: அவற்றுள் சிலவற்றைத் தொகுத்துக் கீழே தருகின்றோம். அவற்றின் சொல்லழகு பொருளழகுகளைச் சுவைத்து இன்புறுக :-

1. போதி, ஆதி, பாதம், ஓது !

2. போதிநிழற் புனிதன் பொலங்கழல்
ஆதி உலகிற் காண் !

3. மாதவா போதி வரதா வருளமலா
பாதமே யோது சுரரைநீ - தீதகல
மாயா நெறியளிப்பாய் வாரன் பகலாச்சீர்த்
தாயா யலகிலரு டான் !

4. உடைய தானவர்
உடைய வென்றவர்
உடைய தாள்நம
சரணம் ஆகுமே !

5. பொருந்து போதியில்
இருந்த மாதவர்
திருந்து சேவடி
மருந்தும் ஆகுமே !

6. போதி நீழற்
சோதி பாதம்

காத லால்நின்
றோதல் நன்றே !

7. அணிதங்கு போதி வாமன்
பணிதங்கு பாதம் அல்லால்,
துணிபொன் றிலாத தேவர்
மணிதங்கு பாதம் மேவார் !

8. விண்ணவர் நாயகன் வேண்டக்
கண்ணினி தளித்த காதற்
புண்ணியன் இருந்த போதி
நண்ணிட நோய்நலி யாவே !

9. போதி மேவினை ! புன்மை அகற்றினை !
சோதி வானவர் தொழஎழுந் தருளினை !
ஆதி நாத ! நின் அடியிணை பரவுதும் !

10. மருள் அறுத்த பெரும்போதி மாதவரைக்
கண்டிலனால் !--என்செய்கோ யான் !

அருள்இருந்த திருமொழியால் அறவழக்கங்
கேட்டிலனால் !--என்செய்கோ யான் !

பொருள் அறியும் அருந்தவத்துப் புரவலரைக்
கண்டிலனால் !--என்செய்கோ யான் !

11. தோடார் இலங்கு மலர்கோதி வண்டு
வரிபாட நீடு துணர்சேர்

வாடாத போதி நெறிநீழல் மேய
வரதன் பயந்த அறநூல்

கோடாத சீல விதமேவி வாய்மை

பௌத்தமும் தமிழும்

குணனாக நாளும் முயல்வார்

வீடாத இன்ப நெறிசேர்வர் ! துன்ப
வினைசேர்தல் நாளும் இலரே !

12. தொழும்அடியர் இதயமலர் ஒருபொழுதும் பிரிவரிய
துணைவர் எனலாம்

எழும்இரவி கிரணநிகர் இலகுதுகில் புனைசெய்தருள்
இறைவர் இடமாம்

குழுவுமறை யவருமுனி வரருமரி பிரமருர
கவனும் எவரும்

தொழுதகைய இமையவரும் அறம்மருவு
துதிசெய்தெழு துடித புரமே !

13. மணியிலகு செறிதளிரொ டலர்ஒளிய
நிழல் அரசின் மருவி அறவோர்

பிணிவிரவு துயரமொடு பிறவிகெட
உரைஅருளும் பெரிய அருளோன்

துணியிலகு சுடருடைய அரசரொடு
பிரமர்தொழு தலைமை யவர்மா

அணியிலகு கமலமலர் அனையஎழில்
அறிவனிணை அடிகள் தொழுவாம் !

14. எண்டிசையும் ஆகி இருள் அகல நூறி
எழுதளிர்கள் சோதி முழுதுலகம் நாறி

வண்டிசைகள் பாடி மதுமலர்கள் வேய்ந்து

மழுமருவு போதி உழை நிழல்கொள் வாமன்

வெண்டிரையின் மீது விரிகதிர்கள் நாண
வெறிதழல்கொள் மேனி அறிவனெழில் மேவு

புண்டரிக பாதம் நமசரணம் ஆகும்
என முனிவர் தீமை புணர்பிறவி காணார் !

15. கூர்ஆர் வளைஉகிர் வாள் எயிற்றுச் செங்கட்
கொலை உழுவை காய்பசியால் கூர்ந்த வெந்நோய்நீங்க

ஓர்ஆ யிரங்கதிர்போல் வாள்விரிந்த மேனி
உளம்விரும்பிச் சென்றாங் கியைந்தனைநீ என்றால்,

கார்ஆர் திரைமுளைத்த செம்பவளம் மேவுங்
கடிமுகிழ்த் தண்சினைய காமருபூம் போதி

ஏர்ஆர் முனிவரர்கள் வானவர்தங் கோவே !
எந்தாய் ! அகோ ! நின்னை ஏத்தாதார் யாரே !

16. மிக்கதனங் களைமாரி மூன்றும் பெய்யும்
வெங்களிற்றை மிகுசிந்தா மணியை மேனி

ஒக்கஅரிந் தொருகூற்றை இரண்டு கண்ணை
ஒளிதிகழும் திருமுடியை உடம்பில் ஊனை

எக்கிவிழுங் குருதிதனை அரசு தன்னை
இன்னுயிர்போல் தேவியைஈன் றெடுத்த செல்வ

மக்களைவந் திரந்தவர்க்கு மகிழ்ந்தே ஈயும்
வானவர்தாம் உறைந்தபதி மானா வூரே !

17. வான்ஆடும் பரியாயும் அரிண மாயும்

வணக்கேழற் களிறாயும் எண்காற் புள்மான்

தானாயும் பணைஎருமை ஒருத்த லாயும்
தடக்கை இளங் களிறாயும் * சடங்க மாயும்

மீனாயும் முயலாயும் அன்ன மாயும்
மயிலாயும் பிறவாயும் வெல்லுஞ் சிங்க

மானாயும் கொலைகளவு கள்பொய் காமம்
வரைந்தவர்தாம் உறைந்தபதி மானா வூரே !

18. ஆதியங் கடவுளை ! அருமறை அருகனை !
போதியங் கிழவனை ! பூமிசை ஒதுங்கினை !

போதியங் கிழவனை ! பூமிசை ஒதுங்கிய
சேதியஞ் செல்வ ! நின் திருவடி தொழுதனம் !

19. பைங்கண்வாள் எயிற்றினப் பகட்டெருத்தின் வள்உகிர்ப்
பரூஉத்திரட் குரூஉக்கொடாட் பாலுடைச் செனாவுடைச்

சிங்கஏறு நான்குதாங்க மீதுயர்ந்த சேயொளிச்
சித்திரங் குயிற்றிநாறு செம்பொனாச னத்தின்மேல்

கொங்குநாறு போதுசிந்தி வானுளோர் இறைஞ்சிடக்
கோதிலா அறம்பகர்ந் தமர்ந்தகோன் குளிர்நிழற்

பொங்குதாது கொப்புளித்து வண்டுபாடு தேமலர்ப்
போதிஎம் பிரான் அடிக்கண் போற்றின்வீட தாகுமே !

20. வீடுகொண்ட நல்அறம் பகர்ந்துமன் பதைக்கெலாம்
விளங்குதிங்கள் நீர்மையால் விரிந்திலங்கும் அன்பினோன்

மோடுகொண்ட வெண்நுரைக் கருங்கடற் செழுஞ்சுடர்
முளைத்தெழுந்த தென்னலாய் முகிழ்ந்திலங்கு போதியின்

ஆடுகின்ற மூவகைப் பலங்கடந்து குற்றமான
ஐந்தொடங்கொர் மூன்றறுத்த நாதனாள் மலர்த்துணர்ப்

பீடுகொண்ட வார்தளிர்ப் பிறங்குபோதி யானைஎம்
பிரானைநாளும் ஏத்துவார் பிறப்பிறப் பிலார்களே !

வண்ணக ஒத்தாழிசைக் கலிப்பா.
(தரவு.)

21. திருமேவு பதுமஞ்சேர் திசைமுகனே முதலாக
உருமேவி அவதரித்த உயிர்அனைத்தும் உயக்கொள்வான்

இவ்வுலகும் கீழுலகும் மிசையுலகும் இருள்நீங்க
எவ்வுலகும் தொழுதேத்த எழுந்தசெழுஞ் சுடர்என்ன

விலங்குகதிர் ஓர் இரண்டும் விலங்கிவலங் கொண்டுலவ
அயங்குசினைப் போதிநிழல் அறம்அமர்ந்த பெரியோய் நீ !

(தாழிசை.)

1. மேருகிரி இரண்டாகும் எனப்பணைத்த இருபுயங்கள்
மாரவனிதை யர்வேட்டும் மன்னுபுரம் மறுத்தனையே !

2. 'வேண்டினர்க்கு வேண்டினவே அளிப்பபென்'ன
மேலைநாள்
பூண்டஅரு ளாள ! நின் புகழ்புதிதாய்க் காட்டாதோ !

3. உலகுமிக மனந்தளர்வுற் றுயர்நெறியோர் நெறி அழுங்கப்
புலவுநசைப் பெருஞ்சினத்துப் புலிக்குடம்பு கொடுத்தனையே

!

4. பூதலத்துள் எவ்வுயிர்க்கும் பொதுவாய திருமேனி
மாதவன்நீ என்பதற்கோர் மறுதலையாக் காட்டாதோ !

5. கழல்அடைந்த உலகனைத்தும் ஆயிரம்வாய்க் கடும்பாந்தள்
அழல்அடைந்த பணத்திடைஇட் டன்றுதுலை ஏறினையே !

6. மருள்பாரா வதம்ஒன்றே வாழ்விக்கக் கருதியநின்
அருள்பாரா வதஉயிர்கள் அனைத்திற்கும் ஒன்றாமோ !

(அராகம்.)

1. அருவினை சிலகெட ஒருபெரு நரகிடை
எரிசுடர் மரைமலர் எனவிடும் அடியினை !

2. அகலிடம் முழுவதும் அழல்கெட அமிழ்துமிழ்
முகில்புரி இமிழ்இசை நிகர்தரும் மொழியினை !

(ஈரடி அம்போதரங்கம்.)

1. அன்பென்கோ ! ஒப்புரவென் கோ ! ஒருவன் அயில்கொண்டு
முந்திவிழித் தெறியப்பால் பொழிந்தமுழுக் கருணையை

2. நாணென்கோ ! நாகமென்கோ ! நன்றில்லான் பூணுந்
தீயினைப் பாய்படுத்த சிறுதுயில்கொண் டருளினை !

(ஓரடி அம்போதரங்கம்.)

1. கைந்நாகத் தார்க்காழி கைக்கொண் டளித்தனையே !
2. பைந்நாகர் குலம்உய்ய வாய்அமிழ்தம் பகர்ந்தனையே !
3. இரந்தேற்ற படைஅரக்கர்க் கிழிகுருதி பொழிந்தனையே !

4. பரந்தேற்ற மற்றவர்க்குப் படருநெறி மொழிந்தனையே

(தனிச்சொல்.)
எனவாங்கு

(சுரிதகம்.)
அருள்வீற் றிருந்த திருநிழற் போதி
முழுதுணர் முனிவ!நிற் பரவுதும் தொழுதக
ஒருமனம் எய்தி இருவினைப் பிணிவிட்டு
முப்பகை கடந்து நால்வகைப் பொருளுணர்ந்
தோங்குநீர் உலகிடை யாவரும்
நீங்கா இன்பமொடு நீடுவாழ் கெனவே !

அம்போதரங்க ஒத்தாழிசைக் கலிப்பா.

(தரவு.)

22. மண்வாழும் பல்லுயிரும் வானவரும் இமையவரும்
கண்வாழும் மாநாகர் கிளைஅனைத்தும் களிகூர
அந்தரதுந் துபிஇயங்க அமரர்கள் நடம்ஆட
இந்திரர்பூ மழைபொழிய இமையவர்சா மரையிரட்ட
முத்தநெடுங் குடைநிழற்கீழ் மூரியர சரிஅணைமேல்
மெய்த்தவர்கள் போற்றிசைப்ப வீற்றிருந்த ஒருபெரியோய் !

(தாழிசை.)

1. எறும்புகடை அயன்முதலா எண்ணிறந்த என்றுரைக்கப்
பிறந்திறந்த யோனிதொறும் பிரியாது சூழ்போகி
எவ்வுடம்பில் எவ்வுயிர்க்கும் யாதொன்றால் இடரெய்தின்
அவ்வுடம்பின் உயிர்க்குயிராய் அருள்பொழியும் திருவுள்ளம் !

2. அறங்கூறும் உலகனைத்தும் குளிர்வளர்க்கும்
மழைமுழக்கின்

திறங்கூற வரைகதிரும் செழுங்கமலம் நனிநாண
ஒருமைக்கண் ஈர்ஒன்பான் உரைவிரிப்ப உணர்பொருளால்
அருமைக்கண் மலைவின்றி அடைந்ததுநின் திருவார்த்தை !

3. இருட்பார வினைநீக்கி எவ்வுயிர்க்கும் காவலென
அருட்பாரம் தனிசுமந்த அன்றுமுதல் இன்றளவும்
மதுஒன்று மலரடிக்கீழ் வந்தடைந்தோர் யாவர்க்கும்
பொதுஅன்றி நினக்குரித்தோ புண்ணிய ! நின் திருமேனி !

(பேரெண்.)
1. ஆருயிர்கள் அனைத்தினையும் காப்பதற்கே அருள் பூண்டாய் !
ஓருயிர்க்கே உடம்பளித்தால் ஒப்புரவிங் கென்னாகும் !

2. தாமநறுங் குழல்மழைக்கண் தளிரியலார் தம்முன்னர்க்
காமனையே முனந்தொலைத்தால் கண்ணோட்டம் யாதாங்கொல் !

(சிற்றெண்.)
1. போர்அரக்கர் ஓர் ஐவர்க் கறவமிழ்தம் பொழிந்தனையே !
2. ஆர்அமிழ்தம் மணிநாகர் குலம் உய்ய அருளினையே !
3. வார்சிறைப்புள் அரையர்க்கும் வாய்மைநெறி பகர்ந்தனையே !
4.. பார்மிசை ஈரைந்தும் பாவின்றிப் பயிற்றினையே !

(இடையெண்.)
அருளாழி நயந்தோய் நீஇ !
அறவாழி பயந்தோய் நீஇ !
மருளாழி துறந்தோய் நீஇ !
மறையாழி புரந்தோய் நீஇ !
மாதவரில் மாதவன் நீஇ !
வானவருள் வானவன் நீஇ !

போதனரிற் போதனன் நீஇ !
புண்ணியருட் புண்ணியன் நீஇ !

(அளவெண்.)

ஆதி நீஇ ! அமலன் நீஇ !
அயனும் நீஇ ! அரியும் நீஇ !
சோதி நீஇ ! நாதன் நீஇ !
துறைவன் நீஇ ! இறைவன் நீஇ !
அருளும் நீஇ ! பொருளும் நீஇ !
அறிவன் நீஇ ! அநகன் நீஇ !
தெருளும் நீஇ ! திருவும் நீஇ !
செறிவும் நீஇ ! செம்மல் நீஇ !

(தனிச்சொல்.)
எனவாங்கு
(சுரிதகம்.)

பவளச் செழுஞ்சுடர் மரகதப் பாசடைப்
பசும்பொன் மாச்சினை விசும்பகம் புதைக்கும்
போதியந் திருநிழற் புனித ! நிற் பரவுதும்
மேதகு நந்தி புரிமன்னர் சுந்தரச்
சோழர் வண்மையும் வனப்புந்
திண்மையும் உலகில் சிறந்துவாழ் கெனவே !

வண்ணக ஒத்தாழிசைக் கலிப்பா.
(தரவு.)

23. பூமகனே முதலாகப் புரந்தரர் எண்திசையும்
தூமலரால் அடிமலரைத் தொழுதிரந்து வினவியநாள்
காமமுங் கடுஞ்சினமுங் கழிப்பரிய மயக்கமுமாய்¢த்
தீமைசால் கட்டுரைக்குத் திறற்கருவி யாய்க்கிடந்த
நாமஞ்சார் நமர்களுக்கு நயப்படுமா றினிதுரைத்துச்

சேமஞ்சார் நன்னெறிக்குச் செல்லுமா றருளினையே !

(தாழிசை.)

1. தானமே முதலாகத் தசபாரம் நிறைத்தருளி
ஊனமொன் றில்லாமை ஒழிவின்றி இயற்றினையே !
2. எண்பத்தொன் பதுசித்தி இயல்பினால் உள என்று
பண்பொத்த நுண்பொருளைப் பார்அறியப் பகர்ந்தனையே !
3. துப்பியன்ற குணத்தோடு தொழில்களால் வேறுபட
முப்பதன்மேல் இரண்டுகலை முறைமையால்
மொழிந்தனையே !

(அராகம்.)
1. ஆதியிம் இடையினோ டிறுதியும் அறிகுவ
தமரரும் முனிவரும் அரிதுநின் நிலைமையை !

2. மீதியல் கருடனை விடஅர வொடுபகை
விதிமுறை கெடஅறம் வெளியுற அருளினை !

3. தீதியல் புலியது பசிகெடு வகைநின
திருஉரு அருளிய திறமலி பெருமையை !

4. போதியின் நலமலி திருநிழ லதுநனி
பொலிவுற அடியவர் இடர்கெட அருளினை !

(பேரெண்.)

1. திசைமுகன் மருவிய கமலநல் நிறமென
வசைஅறு முனிவொடு மலியும் நின்அடி !

2. உயர்வுறு பெருமையொ டயரறு மயர்வொடு
புரைஅறு நலனொடு பொலியும் நின்புகழ் !

(சிற்றெண்.)

1. கற்புடை மாரனைக் காய்சினந் தவிர்த்தனை !
2. பொற்புடை நாகர்தந் துயரம் போக்கினை !
3. மீனுரு ஆகி மெய்ம்மையிற் படிந்தனை !
4. மானுரு ஆகி வான்குணம் இயற்றினை !

(இடையெண்.)

எண்ணிறந்த குணத்தோய் நீஇ !
யாவர்க்கும் அரியோய் நீஇ !
உண்ணிறைந்த அருளோய் நீஇ !
உயர்பார நிறைத்தோய் நீஇ !

மெய்ப்பொருளை அறிந்தோய் நீஇ !
மெய்யறம்இங் களித்தோய் நீஇ !
செப்பரிய தவத்தோய் நீஇ !
சேர்வார்க்குச் சார்வு நீஇ !

(அளவெண்.)

நன்மை நீஇ ! தின்மை நீஇ !
நனவும் நீஇ ! கனவும் நீஇ !
வன்மை நீஇ ! மென்மை நீஇ !
மதியும் நீஇ ! விதியும் நீஇ !
இம்மை நீஇ ! மறுமை நீஇ !
இரவும் நீஇ ! பகலும் நீஇ !
செம்மை நீஇ ! கருமை நீஇ !
சேர்வும் நீஇ ! சார்வும் நீஇ !

(தனிச்சொல்.)

எனவாங்கு

(சுரிதகம்..)

அலகிலா நின்றன் அடிஇணை பரவுதும்,
வெல்படைத் தொண்டைமான் விறற் சேனாபதி

பௌத்தமும் தமிழும்

சிங்களத் தரையன் வெண்குடை யதனொடு
பொங்குபுகழ் வில்லவன்றன் புறக்கொடை கண்டு
பொலிதரு சேந்தன் பொன்பற்றி காவலன்
மலிதரு பார்மிசை, மன்னுவோன் எனவே.

----

* சடங்கம்= ஊர்க்குருவி.

தொடர்புரை 2 : ஆசீவக மதம்.

பௌத்த, ஜைன, வைதீக மதங்களைப் போலவே, இந்த ஆசீவக மதமும் வட இந்தியாவில் தோன்றியது. இந்த மதத்தை உண்டாக்கினவர் மஸ்கரிபுத்திரர் என்பவர். பாளிமொழியில் இப்பெயர் மக்கலிபுத்த என்று வழங்கப்படுகின்றது. மாட்டுத் தொழுவம் என்று பொருள்படும் 'கோசால' என்னும் அடைமொழி கொடுத்துக் கோசால மக்கலிபுத்த என்றும் இவர் வழங்கப்படுவர். ஏனென்றால், இவர் மாட்டுத் தொழுவத்தில் பிறந்தார் என்று சொல்லப்படுகின்றது. தமிழ் நூல்கள் இவரை மறக்கலி என்று கூறும்.

'மக்கலி' என்பது வடநாட்டில் பண்டைக் காலத்திலிருந்த இரந்துண்டு வாழும் ஒருவகைக் கூட்டத்தாருக்குப் பெயரென்றும், அந்தக் கூட்டத்தைச் சேர்ந்தவர், ஆகையால் இவருக்கு 'மக்கலிபுத்திரர்' என்னும் பெயர் வந்ததென்றும் சிலர் கூறுவர். 'மக்கலி' என்பது இவருடைய தந்தையின் பெயர், ஆகையால் இவருக்கு 'மக்கலிபுத்திரர்' என்னும் பெயர் வழங்கியதென்று வேறுசிலர் உரைப்பர்.

மக்கலி, அல்லது மறக்கலி என்பவர், ஆருகத மதத்தை யுண்டாக்கிய மகா வீரரும், பௌத்த மதத்தையுண்டாக்கிய கௌதம புத்தரும் உயிர் வாழ்ந்திருந்த அதே காலத்தில் இருந்தவர். மகாவீரர் ஆருகத மதக்கொள்கையை உலகத்தாருக்குப் போதித்துவந்த காலத்தில், அவரது புகழையும் செல்வாக்கையும் கேள்வியுற்ற மறக்கலி அவரிடம் சென்று அவரைச் சார்ந்திருக்க விரும்பினார். ஆனால், மறக்கலியின் மாறுபட்ட ஒழுக்கங்களையும் குணங்களையும் அறிந்த மகாவீரர், அவர் தம்மைச் சார்ந்திருக்க உடன்படவில்லை. ஆயினும், மறக்கலி எவ்வாறோ மகாவீரரது உடன்பாடு பெற்று,

அவருடன் சில ஆண்டு தங்கியிருந்தார். பின்னர், அவருடன் மாறுபட்டுத் தனியே பிரிந்துபோய், ஒரு புதிய மதத்தை உண்டாக்கினார். அதுதான் 'ஆசீவகமதம்', அல்லது 'ஆஜீவகமதம்' என்பது. ஆருகதமதக் கொள்கைகள் சிலவற்றையும், தாம் உண்மை என்று கண்ட கொள்கைகளையும் திரட்டி மற்கலி இந்த மதத்தை உண்டாக்கினாரென்று சொல்லப்படுகின்றது.

சற்றேறத்தாழ கி. மு. 500-இல் மற்கலி காலமானார் என்று கருதப்படுகின்றது. இவர் காலஞ்சென்ற பதினாறு ஆண்டுகளுக்குப் பின்னர், மகாவீரர் வீடு பெற்றார் என்பர். மகாவீரர் வீடு பெற்ற சில ஆண்டுக்குப் பின்னர், கௌதம புத்தர் நிர்வாணம் அடைந்தார்.

ஆசீவகர், பௌத்தர், ஜைனர், வைதீகர் ஆகிய இந்த மதத்தவர்களுக்குள் எப்போதும் சமயப்பகை இருந்து கொண்டிருந்தது.

ஆசீவக மதக் கொள்கைகளைக் கூறும் நூலுக்கு 'நவ கதிர்' என்பது பெயர். இந்த நூலில் நில அணு, நீர் அணு, தீ அணு, வளி அணு, உயிர் அணு என்னும் ஐம்பொருளைப்பற்றிக் கூறியுள்ளதென்பர். கருமை, நீலம், செம்மை, பொன்மை, வெண்மை, தூய வெண்மை என்னும் ஆறுவகைப் பிறப்பு உண்டென்பதும் தூய வெண்மைப் பிறப்புத்தான் மிக உயர் நிலைப்பிறப்பென்பதும், இப்பிறப்பினை அடைந்தவர்தாம் வீட்டுலகம் சேர்வர் என்பதும் இந்த மதக்கொள்கை. எண்பத்து நான்கு லட்சம் மகா கல்பகாலம் வரையில் உயிர்கள் மீண்டும் மீண்டும் பிறந்திறந்து உழலுமென்றும், அந்தக் காலம் கடந்ததும் அவை வீடுபேறடையுமென்றும் இந்த நியதி மாறி உயிர்கள் வீடுபேறடையாவென்றும் கொண்டது இந்த மதம் என்பர். இந்த நியதிக்கு நூலுருண்டை உதாரணமாகக் கூறப்படும். ஒரு நூலுருண்டையைப் பிரித்தால், நூல் எவ்வளவு இருக்கிறதோ அவ்வளவு வரையில்தான் அது நீளுமே தவிர, அதற்குக்

குறைவாகவோ அதிகமாகவோ நீளாதது போல, உயிர்கள் யாவும் மேற்சொன்ன நியதிக்குக் கட்டுப்பட்டே நடக்கும். நல்லறிவு பெற்று நல்ல செயல்களைச் செய்பவன் விரைவில் வீடுபெறான்; அவனுக்கு நியமிக்கப்பட்ட காலம் வரையில் அவன் பிறந்து இறந்து உழன்றே ஆகவேண்டும். மோட்சமடையும் நிலையிலிருக்கும் ஒருவன் கால நியதியைக் கடந்து, தீய கருமங்கள் செய்து மீண்டும் பிறந்திறந்து உழல விரும்பினாலும், அவன் அவ்வாறு செய்ய இயலாது என்பதும், அவனுக்கு ஏற்பட்ட நியதிப்படி அவன் வீடுபேறடைந்தாகவேண்டும் என்பதும் இம்மதக் கொள்கைகளில் சிலவாம்.

நவகதிரையன்றி, 'ஆதித்தியம்' என்னும் நூலும் இந்த மதத்தாருக்குண்டென்று தெரிகின்றது. இது, 'ஆசீவக சங்க சமயத்தவருக்கு ஆதித்தியமென்பதொரு நூலுண்டு. மற்றது ஆதித்தனைப்பற்றியிருக்கும்; அது சோதி சாத்திரமெனவுணர்க. அன்றியேயும், ஆதித்தனைப் போல மீண்டும் அவர் வான மண்டல வரவுடையாரெனப் படுவர்' என்று கூறும் தக்கயாகப் பரணி (183-ஆம் தாழிசை) உரைப் பகுதியினால் அறியப்படும்.

மற்கலிக்குப் 'பூரணர்' என்னும் பெயரும் உண்டு. களங்கமற்ற ஞானமுடையவராகலின், அவருக்கு இப்பெயர் உண்டாயிற்றென்பர். இந்தப் பூரணருடைய இயல்பு கீழ்க் கண்டவாறு 'நீல கேசி' என்னும் நூலில் கூறப்பட்டிருக்கின்றது.

' உரையா னிறைவ னுணலு மிலனாய்த்
திரையா னரையான் றெரிவில் லுருவம்
வரையா வகை வானிடுவில் லனையன்
புரையா வறிவிற் புகழ் பூரணனே '

(ஆஜீவக வாதச் சருக்கம் 15-ஆம் செய்யுள்.)

'வாக்கியப் பிரவிருத்தியும், புத்தியும், நரை திரை முதலாயினவு முடையனல்லானாகி ஆகாச தலத்து இந்திர தனுசுப்போலத் தோன்றும் தோற்றத்தையுடையனாகிக் குற்றம்படாத வறிவையுடையவன் பூரணனென்னும் எம்முடைய ஆப்தன்

என்றவாறு' (மேற்படி உரை.) ஆசீவக மதத் துறவிகள் முதுமக்கட் சாடியில் அமர்ந்து தவம் செய்தனர் என்பது தக்கயாகப் பரணியுரையினால் அறியப்படுகின்றது. இதனை,

' தாழியிற் பிணங்களுந் தலைப்படா வெறுந்தவப் பாழியிற் பிணங்குளுந் துளப்பெழப் படுத்தியே '

என்னும் 376-ஆம் தாழிசைக்கு உரையாசிரியர், 'தாழி - முதுமக்கட் சாடி * * * தாழியிற் பிணமென்றது, ஆருகதரிலே ஆசீவகர் பெருமிடாக்களிற் புக்குத் தவம் செய்வராதலின், அவரைச் சுட்டி நின்றது' என்று எழுதியிருப்பதினின்றும் துணியலாம்.

மேலே காட்டிய உரைப் பகுதியில், ஆருகதரிலே ஆசீவகர் என்று காணப்படுகின்றது. அதாவது, ஆசீவகமதம் ஆருகத மதமாகிய ஜைன மதத்தின் ஒரு பிரிவு என்று கூறப்பட்டிருக்கின்றது. ஆனால், 'மணிமேகலை', 'நீலகேசி' என்னும் நூல்களில், ஆருகதமதம் (ஜைனம்) வேறு, ஆசீவகமதம் வேறு என்று தெளிவாகக் கூறப்பட்டிருக்கின்றது. ஆனால், பிற்காலத்தில் இந்த மதம் ஜைன மதத்தின் ஒரு பிரிவு எனத் தவறாகக் கருதப்பட்டது. இந்தத் தவறுதலைத்தான் மேலே காட்டியபடி தக்கயாகப் பரணியுரையாசிரியர் எழுதியிருக்கிறார். நிகண்டுகளும் ஆசீவக மதம் ஆருகத மதத்தின் பிரிவு என்றே கூறுகின்றன.

' சாவகர் அருகர் சமணர் ஆகும் ; ஆசீ வகரும் அத்தவத் தோரே ' - சேந்தன் திவாகரம்.

' சாவகர் அருகர் சமணர் அமணர் ; ஆசீவகர் தாபதர் அத்தவத் தோரே ' - பிங்கல நிகண்டு.

'சிவஞான சித்தியார்' என்னும் சைவ சமய நூலிலே, இந்த மதம் ஜைன மதத்தின் பிரிவுகளில் ஒன்றான திகம்பர ஜைன மதம் என்று தவறாகக் கூறியிருக்கின்றது. இந்தத் தவற்றினை ஞானப்பிரகாசர் என்னும் உரையாசிரியர் எடுத்துக்

காட்டியிருக்கின்றார். 'திகம்பரமொப்பினும் அநேகாந்த வாதிகளாகிய நிர்க்கந்த ஆசீவகனென்க' என்று எழுதியிருக்கிறார். அதாவது, ஆசீவகர் ஜைனரில் திகம்பரரை (நிர்க்கந்தரை)ப்போன்ற கொள்கையுடையவரெனினும், அவரின் வேறானவர் என்று விளக்கியுள்ளார். 'மணிமேகலை', 'நீல கேசி' என்னும் இரண்டு நூல்களைத் தவிர, பிற்காலத்து நூல்களாகிய 'சிவஞான சித்தியார்', 'தக்கயாகப் பரணி', 'திவாகரம்', 'பிங்கல நிகண்டு' முதலானவை ஆசீவகமதத்தை (திகம்பர) ஜைன மதம் என்றே கூறுகின்றன. இவ்வாறு கருதப்பட்டதற்குக் காரணம் ஆசீவக மதத்தவரும் திகம்பர ஜைன மதத்தவரும் மேற்கொண்டுவந்த பொதுவான சில கொள்கைகளாகும். உடையின்றி இருத்தலும், குளியாமல் அழுக்குடம்போடு இருத்தலும், இவை போன்ற சில வெளிப்பார்வைக்குப் பொதுவாகத் தோன்றிய கொள்கைகளைக் கண்டு, இவ்விரு சமயத்தவரும் ஒரே சமயத்தவரென்று தவறாகக் கருதப்பட்டிருக்கலாம். வெளியொழுக்கத்தில் ஒன்றாகத் தோன்றினாலும், இவ்விருவருடைய தத்துவக் கொள்கைகள் வெவ்வேறானவை. இவ்வாறு ஆசீவக மதத்தினர் திகம்பர ஜைன மதத்தினராகப் பிற்காலத்தில் தவறாகக் கருதப்பட்டது தமிழ்நாட்டில் மட்டுமல்ல; வடநாட்டிலும் அவர் இவ்வாறே கருதப்பட்டுவந்தனர்.

இந்த மதத்தைப்பற்றிய உண்மை வரலாறுகளும் கொள்கைகளும் இப்போது முழுதும் கிடைக்கவில்லை. இப்போது கிடைப்பன எல்லாம் இந்த மதத்தின் பகைவர்களால் எழுதப்பட்டவை. ஆகவே, நடுநின்று கூறாமல் சார்பு பற்றிக் கூறியுள்ளன என்று கருதப்படுகின்றது. 'மணிமேகலை' என்னும் பௌத்த நூலிலும் (சமயக் கணக்கர் தந்திறங் கேட்ட காதை), 'நீலகேசி' என்னும் ஜைன நூலிலும் (ஆசீவக வாதச் சருக்கம்), 'சிவஞானசித்தியார்' என்னும் சைவ நூலிலும் (பரபக்கம் ஆசீவகமதம்) இந்த மதக்கொள்ளைகளை எடுத்துக்கூறி மறுக்கப்பட்டுள்ளன. இந்த மதத்தைப்பற்றி அறிய

விரும்புவோர்க்கு மேற்சொன்ன தமிழ் நூல்களும், Encylopaedia of Religion and Ethics by James Hastings என்னும் ஆங்கில நூலும் உதவிபுரியும்.

இந்த மதம் தமிழ்நாட்டிலும் ஒரு காலத்தில் பரவியிருந்தது, தமிழ்நாட்டிலே சமதண்டம் என்னும் ஊரிலே இந்த மதத் தலைவர்கள் இருந்ததாக 'நீலகேசி' என்னும் நூல் கூறுகின்றது. கி. பி. இரண்டாம் நூற்றாண்டில் வாழ்ந்திருந்த கோவலனுடைய மாமனும், கண்ணகியின் தந்தையுமாகிய மாநாய்கன் என்னும் செல்வத்தில் மேம்பட்ட வணிகன், கோவலனும் கண்ணகியும் உயிர்நீத்த செய்தி கேட்டு, உலகத்தை வெறுத்துத் தனது பெருஞ் செல்வமெல்லாவற்றையும் தானம் செய்துவிட்டு, ஆசீவக மதத்திற் சேர்ந்து துறவுபூண்டதாகச் சிலப்பதிகாரம் கூறுகின்றது.

' கண்ணகி தாதை கடவுளர் கோலத் தண்ணலம் பெருந்தவத் தாசீவகர் முன் புண்ணிய தானம் புரிந்தறங் கொள்ளவும் ' - (நீர்ப்படைகாதை.) எனவரும் அடிகளால் இதனை அறியலாம்.

இராச இராச சோழன் காலத்தில் பொறிக்கப்பட்ட சிலா சாசனங்களில் 'ஆசுவ கடமை' என்னும் ஆயம் (வரி) குறிக்கப்பட்டிருப்பதைக் கொண்டு, ஆசீவகமதத்தாருக்கு அக்காலத்தில் ஆயம் விதிக்கப்பட்டிருந்ததாகக் கூறுவர் சிலர். இதை மறுத்து, சாசனங்களில் கூறப்பட்டுள்ள 'ஆசுவ கடமை' என்பது செம்பு அல்லது பித்தளைப் பாத்திரங்களைச் செய்யும் கன்னாருக்கு விதிக்கப்பட்ட வரியைக் குறிக்குமே தவிர, ஆசீவக மதத்தாருக்கு விதிக்கப்பட்ட ஒருவரியைக் குறியாது என்றும், அவ்வாறு கூறுவது தவறு என்றும் பேராசிரியர் திரு. சக்கரவர்த்தி நயினார் அவர்கள் தாம் பதிப்பித்துள்ள 'நீலகேசி'யின் ஆங்கில முன்னுரையில் விளக்கமாக எழுதியிருக்கின்றார்கள். ஆகவே, ஆசீவக மதத்தாருக்கு இறை விதிக்கப்பட்டிருந்ததாகக் கருதுவது தவறாகும்.

தொடர்புரை 3 : சாத்தனார் - ஐயனார்.

சாத்தன்', அல்லது 'சாத்தனார்' என்னும் பெயர் 'சாஸ்தா' என்னும் வடமொழிப் பெயரின் திரிபு. 'சாஸ்தா' என்பது புத்தருக்குரியபெயர்களுள் ஒன்று என்பது 'அமரகோசம்', 'நாமலிங்கானுசாசனம்' முதலிய வடமொழி நிகண்டுகளால் அறியப்படும். எனவே, 'சாஸ்தா' என்னும் சொல்லின் திரிபாகிய 'சாத்தன்' என்னும் பெயர் புத்தரைக் குறிக்கும் பெயராகப் பண்டைக் காலத்தில் வழங்கப்பட்டுவந்தது. இந்தப் பெயரைப் பௌத்த மதத்தினர் பெரும்பான்மையும் தத்தம் சிறுவருக்குச் சூட்டினர். பண்டைக் காலத்தில், அதாவது கடைச்சங்க காலத்தில், தமிழ் நாட்டிலிருந்த பௌத்தர்கள் 'சாத்தன்' என்னும் பெயரைப் பெரும்பாலும் மேற்கொண்டிருந்தனர் என்பது சங்க நூல்களினின்றும் தெரியவருகின்றது. பௌத்த நூலாகிய 'மணிமேகலை'யை இயற்றியவர் பௌத்த மதத்தினர் என்பதும், அவரது பெயர் 'சாத்தனார்' என்பதும் ஈண்டுக் கருதத்தக்கது. கோவலன் என்னும் 'சிலப்பதிகார'க் கதைத் தலைவனுடைய தந்தை 'மாசாத்துவன்' என்னும் பௌத்தன் என்பதும், கோவலன் கொலையுண்டபின், மாசாத்துவன் பௌத்த பிக்ஷுவாகித் துறவுபூண்டான் என்பதும் ஈண்டு நோக்கற்பாலன. மற்றும், 'பெருந்தலைச் சாத்தனார்', 'மோசி சாத்தனார்', 'வடமவண்ணக்கன் பெருஞ்சாத்தனார்', 'ஒக்கூர்மா சாத்தனார்', 'கருவூர்க் கந்தப்பிள்ளை சாத்தனார்' முதலான சங்ககாலத்துப் புலவர்களும் பௌத்தர்களாக இருந்திருக்கக்கூடும் என்று, அவர்கள் கொண்டிருந்த 'சாத்தன்' என்னும் பெயரைக்கொண்டு கருதலாகும்.

கொங்கண நாடாகிய துளுவதேசத்தில் உள்ள சில கோவில்களுக்குச் 'சாஸ்தாவு குடி' என்றும், 'சாஸ்தா வேஸ்வரம்' என்றும், 'சாஸ்தாவு கள' என்றும் பெயர்கள் வழங்கப்படுகின்றன என்றும், இவை யாவும் பண்டைக்

காலத்தில் பௌத்தக் கோயில்களாக இருந்தன என்றும், பௌத்த மதம் அழிவுண்ட பின்னர் இந்தக் கோயில்கள் இந்துமதக் கோயில்களாக மாற்றப்பட்டன என்றும் கூறப்படுகின்றது இதனை உறுதிப்படுத்துகின்றது. இப்பொழுதும் மலையாள நாட்டில் சாஸ்தா கோயில்கள் உண்டு. இவற்றிற்குச் 'சாத்தன் காவுகள்' என்று பெயர். (காவு = கா = தோட்டம், அல்லது பூஞ்சோலை என்பது பொருள்) பண்டைக் காலத்தில் தமிழ்நாட்டிலிருந்த பௌத்தக் கோயில்கள் பூஞ்சோலைகளின் நடுவில் அமைக்கப்பட்டிருந்ததாகப் பண்டை நூல்களினால் தெரிகின்றது. இவற்றிற்கு 'ஆராமம்' (பூங்தோட்டம்) என்று பெயர் வழங்கிவந்தன. மலையாள நாட்டிலுள்ள சாத்தன் காவுகளும் பண்டைக் காலத்தில் பௌத்தக்கோயில்களாக இருந்து, இப்போது இந்துமதக் கோயில்களாக மாற்றப்பட்டவை என்பது ஆராய்ச்சிவல்லோர் கருத்து. சாத்தனாருக்கு 'ஐயப்பன்' என்னும் பெயரும் மலையாள தேசத்தில் வழங்கிவருகின்றது. காவிரிப்பூம்பட்டினத்திலும் சாத்தன் கோயில் இருந்ததாகச் சிலப்பதிகாரத்தினால் தெரிகின்றது. 'சாஸ்தா', அல்லது 'சாத்தன்' என்னும் வட சொல்லிற்கு நேரான தமிழ்ச்சொல் 'ஐயன்', அல்லது 'ஐயனார்' என்பது. 'ஐயன்' என்பதற்கு உயர்ந்தோன், குரு, ஆசான் என்பன பொருள். பௌத்தமதம் அழிந்த பின்னர், அம்மதக்கொள்கைகளையும் தெய்வங்களையும் இந்து மதம் ஏற்றுக்கொண்டபோது, வெவ்வேறு கதைகள் கற்பிக்கப்பட்டன. வைணவர் புத்தரைத் திருமாலின் ஓர் அவதாரமாகவே வெளிப்படையாக ஒப்புக்கொண்டனர். சைவ சமயத்தோர், புத்தராகிய சாத்தனாரைத் திருமாலுக்கும் சிவபெருமானுக்கும் பிறந்த பிள்ளையாகக் கற்பித்து, சாத்தனாரைத் தமது தெய்வக்குழாங்களில் ஒருவராகச் சேர்த்துக்கொண்டனர். அப்பர் சுவாமிகளும் தமது தேவாரத்தில் சாத்தனாரைச் சிவபெருமானின் பிள்ளை என்றே கூறியிருக்கின்றார்.

' பார்த்தனுக் கருளும்வைத்தார் பாம்பரை யாடவைத்தார்
சாத்தனை மகனா வைத்தார் சாமுண்டி சாமவேதங்
கூத்தொடும் பாடவைத்தார் கோளராமதிய நல்ல
தீர்த்தமுஞ் சடைமேல் வைத்தார் திருப்பயற்றூரனாரே '
என வரும் தேவாரத்தினாலே இதனை அறியலாம்.

பிற்காலத்தில், 'சாத்தனார்,' 'ஐயனார்', 'அரிஹரபுத்திர்' என்னும் இத்தெய்வத்தைக் கிராம தெய்வமாகச் செய்து, பண்டைப் பெருமையைக் குலைத்துவிட்டனர்.

'சாத்தன்,' அல்லது 'சாஸ்தா' என்று புத்தருக்குப் பெயர் கொடுக்கப்பட்டதன் காரணம் என்னவென்றால், அவர் எல்லாச் சாஸ்திரங்களையும் கற்றவர் என்னும் கருத்துப் பற்றி என்க. சிலப்பதிகாரம், கனாத்திற முரைத்த காதையில், 'பாசண்டச் சாத்தற்குப் பாடுகிடந்தாளுக்கு' எனவரும் அடியில், 'பாசண்டச் சாத்தன்' என்னும் சொல்லுக்கு அடியார்க்கு நல்லார் எழுதும் உரை வருமாறு : "பாசண்டம் தொண்ணூற்றாறு வகைச் சமய சாத்திரத் தருக்கக் கோவை. இவற்றிற்கு முதலாயுள்ள சாத்திரங்களைப் பயின்றவனாதலின், மகாசாத்திர'னென்பது அவனுக்குப் பெயராயிற்று." இவர் கூறும் உரைக்கேற்பவே பௌத்தர்களும், புத்தர் பல நூல்களைக் கற்றவர் என்று கூறுவர். இதனை வற்புறுத்தியே, 'சூடாமணி நிகண்டும்,'
' அண்ணலே மாயாதேவிசுதன் அகளங்க மூர்த்தி
நண்ணியகலைகட் கெல்லாம்நாதன் முக்குற்ற மில்லோன் '
என்று கூறுகின்றது. 'அருங்கலை நாயகன்' என்று திவாகரம் கூறுகின்றது. நாகைப்பட்டினத்தில் கண்டெடுக்கப்பட்ட புத்தர் உருவச்சிலையொன்றன் பீடத்தில், 'ஸ்வஸ்தி ஸ்ரீ ஆகம பண்டிதர் உய்யக்கொண்ட நாயகர்' என்று எழுதியிருப்பது (படம் 3) காண்க. புத்தர் சகல சாஸ்திரங்களையும் கற்று வல்லவர் என்பதும், அதுபற்றியே அவருக்குச் 'சாஸ்தா', அல்லது 'மகா சாஸ்தா' என்னும் பெயருண்டென்பதும் அறியப்படும். 'லலிதாவிஸ்தார' என்னும் பௌத்த நூலிலும் புத்தர் பலகலைகளைக் கற்றவர் என்று கூறப்பட்டுள்ளதென்று

கூறுவர். இன்னுமொரு கண் கூடான சான்று யாதெனில், காஞ்சீபுரத்திலுள்ள காமாட்சியம்மன் கோயிலின் உட்பிராகாரத்தில் இருந்த புத்தர் உருவச் சிலைக்குச் 'சாஸ்தா' என்னும் பெயர் உள்ளதுதான். (படம் 6 காண்க.) இச்சாஸ்தாவைப்பற்றிக் 'காமாட்சிலீலாப் பிரபாவம்' என்னும் காமாக்ஷ¤ விலாசத்தில், 'காமக்கோட்டப் பிரபாவத்தில்', 'தேவியின் (காமாட்சி தேவியின்) தன்யபானஞ் செய்து (முலைப்பால் அருந்தி) சுப்பிரமணியரைப் போலான சாஸ்தா ஆலயம்' காமாட்சியம்மன் கோயிலில் இருக்கிறதாகக் கூறப்பட்டுள்ளது. * 'சாஸ்தா' என்பவரும் 'புத்தர்' என்பவரும் ஒருவரே என்பதற்கு இதுவே போதுமான ஆதாரம். இன்னும் சில ஆதாரங்கள் உண்டு. அவை விரிவஞ்சி விடப்பட்டன.

'சாஸ்தா' என்னும் புத்தருடைய கோயில்களை 'ஐயனார் கோயில்கள்' என்றும், 'சாதவாகனன் கோயில்கள்' என்றும் சொல்லி, பிற்காலத்து இந்துக்கள் நாளடைவில் அவற்றைக் கிராமதேவதையின் கோயில்களாக்கிப் பெருமை குன்றச் செய்துவிட்டது போலவே, ஏனைய சில புத்தப் பெயர்களுக்கும் வேறு பொருளும் கதையும் கற்பித்து அவற்றையும் மதிப்பிழக்கச் செய்துவிட்டதாகத் தெரிகின்றது. சில இடங்களில் புத்தரை முனீஸ்வரன் ஆக்கிவிட்டனர். தென்னாட்டில், 'தலைவெட்டி முனீஸ்வரன்' கோயில் என ஒன்று உண்டென்றும், அக்கோயிலில் உள்ள உருவம் புத்தரின் உருவம்போன்றுள்ளதென்றும் சொல்லப்படுகின்றது. இப்பொழுது காணப்படும் 'தருமராஜா கோயில்கள்' என்பனவும் பண்டொருகாலத்தில் பௌத்தக் கோயில்களாயிருந்திருக்கவேண்டும் என்று தோன்றுகின்றது. 'தருமன்,' அல்லது 'தருமராசன்' என்பதும் புத்தருக்குரிய பெயர்களில் ஒன்று, பிங்கல நிகண்டில் 'தருமன்' என்றும், திவாகரத்திலும் நாமலிங்கானுசாசனத்திலும் 'தர்மராஜன்' என்றும் புத்தருக்கு வேறு பெயர் கூறப்பட்டுள்ளது. இது தமிழ் நிகண்டுகளினாலும் அறியப்படும். இந்தத் தருமராஜா கோயில்களான பௌத்தக் கோயில்கள், இந்துமதம்

செல்வாக்குப் பெற்ற காலத்தில், பஞ்சபாண்டவரில் ஒருவரான தருமாராஜா கோயிலாகக் கற்பிக்கப்பட்டுப் பலராலும் நம்பப்பட்டன. தருமராஜா கோயில்களில், பௌத்தர் போற்றும் 'போதி' என்னும் அரச மரங்கள் இன்றைக்கும் காணப்படுவதே, தருமராஜா கோயில்கள் பண்டைக் காலத்தில் பௌத்தக் கோயில்கள் என்பதை விளக்கும். சமீபகாலம் வரையில் பௌத்தமதம் நிலைபெற்றிருந்த வங்காளத்திலே, இப்பொழுதும் சில பௌத்தக் கோயில்களுண்டென்றும், அக்கோயில்களில் உள்ள புத்தவிக்கிரகங்களுக்குத் 'தருமராஜா', அல்லது 'தருமதாகூர்' என்று பெயர் வழங்கப்படுகின்றதென்றும் அறிகின்றோம். எனவே, தமிழ் நாட்டிலுள்ள இப்போதைய தருமராஜா கோயில்கள் பண்டைக்கால்தில் பௌத்தக் கோயில்களாயிருந்திருக்கவேண்டும் என்று கருதப்படும்.

இவ்வாறே, தாராதேவி, மங்கலாதேவி, சிந்தாதேவி முதலான பௌத்த தெய்வங்களின் கோயில்களும், பிற்காலத்தில் இந்துக்களால் பகவதி கோயில்களாகவும் கிராமதேவதை கோயில்களான அம்மன் கோயில்களாகவும் மாற்றப் பட்டனவாகத் தெரிகின்றன. தாராதேவி கோயில் திரௌபதையம்மன் கோயிலென இப்பொழுது வழங்கப்படுகின்றது. 'தருமராஜா' என்னும் பெயருள்ள புத்தர் கோயில், பிற்காலத்தில், பாண்டவரைச் சேர்ந்த தருமராஜா கோயிலாக்கப்பட்டது போல, 'தாராதேவி' என்னும் பௌத்த அம்மன் கோயில், தருமராஜாவின் மனைவியாகிய திரௌபதையின் கோயிலாக்கப்பட்டதுபோலும்.

சுருக்கமாகச் சொல்லுவதென்றால், இப்போது திருமால் கோயில்கள் அவ்வவ்விடங்களில் 'வரதராசர் கோயில்', 'திருவரங்கர் கோயில்', 'வேங்கடேசர் கோயில்' முதலிய வெவ்வேறு பெயர்களுடனும், சிவபெருமான் கோயில்கள் 'கபாலீஸ்வரர் கோயில்', 'தியாகராசர் கோயில்', 'சொக்கலிங்கர் கோயில்' முதலான வெவ்வேறு பெயர்களுடனும் வழங்கப்படுவது போலவே, பண்டைக்காலத்தில், பௌத்தக்

கோயில்களும் புத்தருடைய பல பெயர்களில் ஒவ்வொன்றன் பெயரால் 'தருமராசா கோயில்', 'சாத்தனார் கோயில்', 'முனீஸ்வரர் கோயில்' என்பன போன்ற பெயர்களுடன் வழங்கப்பட்டுவந்தன என்றும், பிற்காலத்தில், இந்துமதம் செல்வாக்குப் பெற்றபோது, அவை இந்துமதக் கோயிலாகச் செய்யப்பட்டு, இந்துமதத் தொடர்பான கதைகளுடன் இணைக்கப்பட்டு, பின்னும் நாளடைவில் அவை கிராம தேவதை கோயில்கள் என்னும் நிலையில் தாழ்ந்த நிலைக்குக் கொண்டுவரப்பட்டனவென்றும் தோன்றுகின்றது.

----

* காஞ்சிக் காமாட்சி அம்மன் கோயில் உட் பிராகாரத்தில் இருந்த இந்த 'சாஸ்தா' என்னும் புத்தர் உருவச்சிலை இப்போது சென்னைப் பொருட்காட்சிச் சாலையில் இருக்கின்றது.

தொடர்புரை 4 : கடற்காவல் தெய்வம் மணிமேகலை.

சிலப்பதிகாரக் கதைத்தலைவனாகிய கோவலன் என்னும் வணிகன் மகளுக்கு மணிமேகலை என்பது பெயர். இந்த மணிமேகலையைப்பற்றித் 'தமிழ் நாட்டுப் பௌத்தப் பெரியார்' என்னும் அதிகாரத்தில் கூறியிருக்கின்றோம்.

இந்த மணிமேகலையைக் கதைத்தலைவியாகக் கொண்டு, அவளது வரலாற்றினைக் கூறும் சீத்தலைச்சாத்தனாரியற்றிய காப்பியத்துக்கும் 'மணிமேகலை' என்பது பெயர். இந்த நூலினைப்பற்றித் 'தமிழ்ப்பௌத்த நூல்கள்' என்னும் அதிகாரத்தில் கூறியிருக்கின்றோம். *

இங்கு 'மணிமேகலை' என்னும் கடல் தெய்வத்தைப் பற்றி ஆராய்வோம். இந்தத் தெய்வம் 'சமுத்திர மணிமேகலை' என்றும் கூறப்படும். 'முது மணிமேகலை' என்றும் கூறுவர். இது பௌத்தர்களுக்குரிய சிறு தெய்வங்களில் ஒன்று. இதன் வரலாறு வருமாறு :

பௌத்தர்களுக்குரிய ஆறு தெய்வலோகங்களுள் 'மகாராஜிக லோகம்' என்பது ஒன்று. இந்த உலகத்தின் குணதிசையைத் 'திருதராட்டிரர்' என்பவரும், குடதிசையை 'விரூபாக்ஷர்' என்பவரும், தென்றிசையை 'விரூளாக்ஷர்' என்பவரும், வடதிசையை 'வைசிரணர்' என்பவரும் ஆட்சி செய்துவருகின்றார்கள். இவர்களுக்குச் 'சாதுர்மகாராஜிகர்' என்பது பெயர். துடிதலோகத்தில் வீற்றிருக்கும் போதிசத்வர் மாயாதேவியின் திருவயிற்றில் கருத்தரித்து மண்ணுலகிற் பிறந்து வாழ்ந்து இறுதியில் நிர்வாணம் அடைகின்ற வரையில், அவருக்கு யாதொரு இடையூறும் நேரிடாவண்ணம் காப்பதாக

மேற்சொன்ன நான்கு தெய்வ அரசர்களும் பொறுப்பேற்றுக்கொண்டார்கள். அன்றியும், பௌத்த தர்மத்தைப் பின்பற்றியொழுகும் நல்லோர்க்கும், பெற்றோர், ஆசிரியர் முதலியவரை வழிபட்டொழுகும் சீரியோர்க்கும் யாதேனும் இடையூறு நேரிடுமாயின், அவற்றினின்று அன்னவரைக் காப்பாற்றவும் இவர்கள் பொறுப்பேற்றுக்கொண்டார்கள். இவ்வாறு கடமை ஏற்றுக்கொண்ட இவர்கள் மண்ணுலகில் ஆங்காங்கே சிறுதெய்வங்களை இருக்கச்செய்து, நல்லோருக்கு நேரிடும் துன்பத்தைத் தீர்க்கும்படி அச்சிறு தெய்வங்களுக்குக் கட்டளையிட்டார்கள். இவ்வாறு இருத்தப்பட்ட தெய்வங்களில் மணிமேகலையும் ஒன்று. கடலில் கப்பல் யாத்திரை செய்யும் நல்லோருக்கு இடுக்கண் நேரிடுமாயின், அன்னவரின் துயர்தீர்த்து உதவி செய்வது மணிமேகலைத் தெய்வத்தின் பொறுப்பு வாய்ந்த கடமையாகும்.

இவ்வாறு பொறுப்பேற்றுக்கொண்ட மணிமேகலை, தனது கடமையைச் செய்துவருவதாகப் பௌத்தர்கள் கருதுகின்றார்கள். நடுக்கடலில் கப்பல் உடைந்து நீரில் மூழ்கி இறக்குந் தருவாயிலிருந்த நல்லோரை இந்தத் தெய்வம் காப்பாற்றிய செய்திகள் பௌத்த நூல்களில் கூறப்பட்டுள்ளன. மிகப் பழைமையானதென்று கருதப்படுகின்ற புத்த ஜாதகக் கதைகளில் இரண்டு இடங்களில் இத்தெய்வத்தைப்பற்றிய வரலாறு கூறப்பட்டிருக்கின்றது. அவற்றின் சுருக்கமான வரலாற்றினைக் கீழே தருகின்றோம் :

சங்கஜாதகம் : 'மோலினி' என்னும் பெயருடைய காசிமாநகரத்தில், சங்கன் என்னும் அந்தணன் செல்வத்திற் சிறந்தவன். இவன் காசி நகரத்தின் நான்கு கோட்டை வாயிலிலும், நகரத்தின் நடுவிலும், தனது இல்லத்திலும் ஆக ஆறு அறச்சாலைகள் அமைத்து, நாள்தோறும் அறவினையை முட்டின்றிச் செய்துவந்தான். ஒருநாள், இவன், 'குன்றத்தனை செல்வமும் ஒரு காலத்தில் குன்றும். அக்காலத்து அறம்

செய்யப் பொருள் முட்டுப்படுவதற்கு முன்னரே யான் மேன்மேலும் பொருள் ஈட்டுவேன்' என்று சிந்தித்துத் தேர்ந்து, மனைவியை அழைத்து அவளுக்குத் தன் கருத்தைத் தெரிவித்து, 'யான் திரும்பிவருமளவும் நான் செய்துவரும் இவ்வறச்சாலைகளைச் செவ்வனே நடத்திக் கொண்டிரு' என்று கட்டளையிட்டு, 'சொர்ணபூமி' என்னும் பர்மா தேசத்திற்குச் செல்லப் புறப்பட்டான். ஏவலாளர் தன் பின்னர் வர, இவன் காலில் செருப்பணிந்து, குடைப்பிடித்துச் செல்லும்போது, நண்பகல் ஆயிற்று. அப்போது கந்தமானத மலையில் வீற்றிருந்த பாச்சகபுத்தர் என்னும் போதிசத்வர் இந்தச் சங்கன் என்னும் அந்தணன் போவதையறிந்து, ஒரு மனிதனாக உருக்கொண்டு, அனல் வீசும் மணல்வழியே செருப்பும் குடையுமின்றி இவன் எதிரில் தோன்றினார். ஓர் ஆள் வெயிலில் வாட்டமுற்று வருந்திவருவதைக் கண்ட சங்கன், அந்த வழிப்போக்கனை அருகில் அழைத்து, ஒருமரநிழலில் அமரச்செய்து, காலை நீர்கொண்டு கழுவி, தான் அணிந்திருந்த செருப்பைத் துடைத்து எண்ணெயிட்டு அவருக்குக் கொடுத்ததுமன்றி, தன் குடையினையும் கொடுத்துதவினான். இவற்றைப் பெற்றுக்கொண்ட அந்த ஆள் தமது உண்மை உருவத்தோடு வானத்தில் பறந்து தம் இருப்பிடம் சேர்ந்தார்.

பிறகு சங்கன் துறைமுகம் அடைந்து, கப்பலேறிக் கடல் யாத்திரை புறப்பட்டான். கப்பல் கடலில் ஏழு நாட்கள் சென்றன. ஏழு நாட்களுக்குப் பின்னர், புயலடித்துக் கப்பல் பாறைமேல் மோதி உடைந்துவிட, பிரயாணிகள் மூழ்கி இறந்தனர். சங்கனும் அவனது வேலையாள் ஒருவனும் உயிருடன் கடலைக் கையினால் நீந்திக்கொண்டிருந்தனர். ஏழுநாள் வரையில் இவர்கள் நீந்திக்கொண்டிருந்தனர். அப்போது கடற்றெய்வமாகிய மணிமேகலை அங்கு வந்து சங்கன் கண்களுக்குமட்டும் தோன்றி, தங்கத்தட்டில் அமிர்தம் போன்ற அறுசுவை உணவை அவனுக்குக் கொடுத்தது. அதனைச் சங்கன் மறுத்து, 'இன்று உபவாச நாள், ஆகையால் இன்று நான் உணவு உட்கொள்ளேன்' என்றான். சங்கன்

தனக்குள் ஏதோ உளறுகிறான் என்று அவனுடன் நீந்திக்கொண்டிருந்த வேலையாள் கருதி, 'ஐயா, என்ன பிதற்றுகின்றீர்?' என்றான். சங்கன், 'நான் பிதற்றவில்லை; என் கண்முன் நிற்கும் பெண்முன் பேசுகிறேன்' என்றான். ஏவலாளன், 'அங்ஙனமாயின், அவள் மண்ணுலக மங்கையா, தெய்வலோக தெய்வமா என்பதைக் கேளும். அன்றியும், இப்போது இந்தத் துன்பத்தினின்றும் காப்பாற்ற உதவி செய்யமுடியுமா என்றும் கேளும்' என்றான். சங்கன் மணிமேகலையை இக்கேள்விகளைக் கேட்க, அவள், 'நான் இக்கடலில் வாழ்கின்ற தெய்வம். நீ செய்த நற்செயலுக்காக உன்னைக் காப்பாற்றவேண்டுவது எனது கடமையாதலால், நான் இவ்விடம் வந்தேன். நீ இப்போது எங்குச் செல்ல விரும்புகின்றாய்?' என்று கேட்க, அவன், 'எனது காசிமாநகரம் செல்லவேண்டும்' என்று சொன்னான். உடனே மணிமேகலை தனது தெய்வ ஆற்றலினால் பெரிய கப்பல் ஒன்றனைச் செய்தது. அது நிறைய விலையுயர்ந்த பண்டங்களை அமைத்துச் சங்கனையும் அவனது ஏவலாளையும் அதில் ஏற்றி, தானே கப்பலைச் செலுத்திக் காசிமாநகரம் கொண்டுபோய்விட்டது.

'மகாஜனக ஜாதகம்' என்னும் கதையிலும் இந்தத் தெய்வம் உதவி செய்த வரலாறு கூறப்பட்டிருக்கின்றது. அதன் சுருக்கம் பின் வருவது :

மிதிலை தேசத்து அரசன் ஜனகன் என்பவனுக்கு அரிட்டஜனகன், பொலஜனகன் என்னும் இரண்டு பிள்ளைகள் இருந்தார்கள். தகப்பன் இறந்த பின்னர், மூத்தவனான அரிட்டஜனகன் அரசனானான். இப்போது இளையவனான பொலஜனகன் தமையன்மேல் பகைகொண்டு, படைதிரட்டிவந்து சண்டைசெய்தான். சண்டையில் அரிட்டஜனகன் இறக்க, அவன் தம்பி அரசனானான். இறந்த அரிட்டஜனகனின் மனைவி, அப்போது வயிறு வாய்த்திருந்தவள், பெருஞ் செல்வத்தை எடுத்துக்கொண்டு, ஒருவருமறியாமல் சண்பை நகரம் சென்று, அங்கு ஓர் ஆண்

மகவைப் பெற்றாள். அக்குழந்தைக்கு மகாஜனகன் என்று பெயர் இடப்பட்டது. குழந்தையாகிய மகாஜனகன் பெரியவனாக வளர்ந்த பிறகு, தனது சிற்றப்பன் தனது நாட்டைக் கவர்ந்து ஆள்கிறான் என்பதறிந்து, தன் நாட்டை மீட்கக் கருதி, அதன்பொருட்டுச் செல்வம் தேட உறுதி கொண்டான். இக்கருத்தைத் தன் தாய்க்குத் தெரிவித்து, அவள் உத்தரவு பெற்றுக் கப்பல் ஏறிச் சுவர்ணபூமிக்குப் புறப்பட்டான். இடைவழியில் நடுக்கடலில் புயலடித்துக் கப்பல் உடைந்துவிட, மற்றவர் மூழ்கி இறந்தனர். மகாஜனகன் முயற்சியை விடாமல் கையினால் கடலை நீந்திக் கொண்டிருந்தான். ஏழாம் நாள், மணிமேகலை அவன் முன் தோன்றி, 'இப்பெரிய கடலைக் கையினால் நீந்திக் கடக்க முடியுமா?' என்று கேட்க, 'கரை சேர்வது கூடுமா கூடாதா என்பதைப்பற்றிக் கவலையில்லை; ஆனால், முயற்சி செய்யவேண்டுவது என் கடமையல்லவா' என்று விடையிறுத்தான். இவனது ஊக்கத்தை மெச்சிய மணிமேகலை, இவன் செய்துள்ள நற்கருமங்களுக்காக இவனது இடுக்கண்ணைத் தீர்க்கக் கருதி, தான் யார் என்பதை அவனுக்குத் தெரிவித்து, அவன் போக நினைத்த இடம் யாது எனக் கேட்டது. மகாஜனகன் தான் மிதிலை நகரஞ்செல்ல விரும்புவதாகச் சொல்ல, மணிமேகலை, தாய் குழந்தையைத் தூக்குவது போல, அவனை இருகைகளாலும் தூக்கிக் கொண்டு வானத்தில் எழுந்து பறந்து சென்று, மிதிலை நகரத்து மாஞ்சோலையில் விட்டுவிட்டுச் சென்றது.

இதற்குள் மிதிலை நகரத்தை ஆண்ட பொலஜனகன் இறந்துவிட, அவனது ஒரே மகளாகிய 'சீவாலீதேவி' என்பவளை மகாஜனகன் மணந்துகொண்டு அரசனானான். அவளை மணப்பதற்குமுன், ஆயிரம் வீரராலும் வளைக்க முடியாத வில்லை வளைத்தல் முதலியவற்றைச் செய்தான். பிறகு இவன் தன் பிள்ளைக்கு முடிசூட்டிவிட்டுக் காட்டிற்குத் தவம் செய்யச் சென்றான்.

பௌத்தக் கதைகள் அடங்கிய இரசவாகினி என்னும் நூலிலும், பலக கண்ட தின்னஸ்ஸ வத்து என்னும் தூண்டுப்பலகை கொடுத்தவன் கதையில், மணிமேகலை கடலில் ஒருவனைக் காப்பாற்றிய செய்தி சொல்லப்பட்டிருக்கின்றது. அதன் சுருக்கம் இது :

வரட்சி மிக்க வேனிற் காலத்தில், தென்னாட்டினின்றும் வட நாட்டிற்கு யாத்திரை சென்ற ஒருவன், நீர் வேட்கைகொண்டு, எங்கும் நீர் கிடையாமல் வருந்தி, ஒரு மரநிழலில் அமர்ந்து, தன்னிடமிருந்த இரண்டு வெற்றிலைகளையாவது மென்று சாற்றினை விழுங்கி, வேட்கை தீர்க்கலாம் என்று எண்ணினான். அவ்வமயம், அவனைப் போலவே வட நாட்டினின்று தென்னாட்டிற்கு யாத்திரைவரும் ஒருவன், நீர் வேட்கை மிக்கவனாய், பருக நீர் கிடையாமல் வருந்தி, அதே மரத்தடியில் வந்து அமர்ந்தான். வந்தவன் முன்னவனைப் பார்த்து, 'ஐயா, எனது நீர் வேட்கை தீர ஒரு வெற்றிலையையாவது கொடும்' என்று இரந்து வேண்டினான். அதற்கு அவன், 'எனக்கும் நீர் வேட்கை மிகுதியாயிருக்கின்றது. என்னிடமுள்ளது இந்த இரண்டு வெற்றிலைகளே ; ஒன்றை உமக்குக் கொடுத்துவிட்டு யான் என் செய்வது?' என்று சொல்லி மறுத்தான். பின்னவன், 'என்னிடம் காசு இருக்கிறது, தருகிறேன், ஒரு வெற்றிலை தாரும்' என்று கேட்க, அதற்கும் அவன் மறுத்தான். பின்னர், பெருந்தொகை கொடுப்பதாகச் சொன்னபோது, அவன் அப்பெருந்தொகையைப் பெற்றுக்கொண்டு ஒரு வெற்றிலையைக் கொடுத்தான். இருவரும் ஒவ்வொரு வெற்றிலையை மென்று ஒருவாறு நீர்வேட்கையைத் தீர்த்துக்கொண்டனர்.

பின்னர், இருவரும் புறப்பட்டு வெவ்வேறு வழியே சென்று, கடைசியாக ஒரு துறைமுகத்தை அடைந்து, மரக்கலம் ஏறிக் கப்பல் யாத்திரை புறப்பட்டனர். ஆனால் அக்கப்பலில் இருவரும் ஒருங்கே யாத்திரை செய்வது அவர்களுக்குத் தெரியாது. சிலநாள் சென்றபின், நடுக்கடலில் புயல் அடிக்க,

மரக்கலம் உடைந்துவிட்டது. கப்பல் யாத்திரிகரில் சிலர் மூழ்கி இறந்தனர்; சிலர் தம் உயிரைக் காக்கக் கடலில் நீந்திக்கொண்டிருந்தனர். அவ்வாறு நீந்தியவர்களில் வெற்றிலையைப் பெரும்பொருள் கொடுத்து வாங்கியவன் ஒரு மரப்பலகையைப் பற்றிக்கொண்டு அதன் உதவியினால் நீந்திக்கொண்டிருந்தான். வெற்றிலையை விற்றவனோ யாதொரு பற்றுக்கோடுமின்றி அப்பெருங் கடலினைத் தன் வெறுங்கைகளால் நீந்தித் தவித்துக்கொண்டிருந்தான். அப்போது பலகையுள்ளவன் அவனைக்கண்டு, பெருந்தொகை பெற்றுக்கொண்ட போதிலும், தக்க நேரத்தில் ஒரு வெற்றிலையையாவது கொடுத்து உதவி செய்த அவனது நன்றியை நினைவு கூர்ந்து, தன்னிடமிருந்த ஒரே மரப்பலகையை அவனுக்குக் கொடுத்துவிட்டுத் தான் வெறுங்கைகளால் நீந்தத் தொடங்கினான்.

அப்போது மணிமேகலை இவனது இரக்கமுள்ள மனப்பான்மையினையும், தன்னல மற்ற உதவியையுங் கண்டு மெச்சி, இத்தகைய நன்மகனைக் காப்பாற்றவேண்டுவது தனது நீங்காக் கடமை எனக் கண்டு, அவன்மீது அருள் கூர்ந்து, அவன் கண்களுக்குத் தோன்றாமலே அவனை ஒரு கரையிற் கொண்டுபோய் விட்டது. பின்னர், நெடு நேரஞ் சென்று, தனக்குக் கிடைத்த மரப்பலகையின் உதவியினால் மற்றவன் கடலை நீந்நி அதே கரையையடைந்தான். அடைந்தவன், தனக்கு முன்னே தனது நண்பன் வந்திருப்பதைக் கண்டு வியப்புற்று, 'ஐயா, வெறுங்கையினால் இப்பெரும் கடலை நீந்தி எனக்கு முன்னரே எவ்வாறு வந்தீர்? பலகையுள்ள எனக்குக் கரைசேர இவ்வளவு நேரம் சென்றதே! கையினால் கடலை நீந்தியதோடு, களைப்பின்றியும் காணப்படுகின்றீரே!' என்று வினாவினான். அதற்கு மற்றவன், 'நான் இங்கு வந்த விதம் எனக்குத் தெரியாது' என்று சொன்னான். அப்போது, அதுவரையில் அவர் கண்களுக்குப் புலப்படாதிருந்த மணிமேகலா தெய்வம் அவர் கண் முன்னர் தோன்றி, 'நானே உன்னை இங்குக் கொண்டு வந்தேன். பெற்றோரைப் பேணி

ஒழுகுகின்றவர்களையும், புத்த தர்ம சங்கம் என்னும் மும்மணிகளைச் சரணடைந்து ஒழுகுகின்றவர்களையும், பஞ்சசீலம், அஷ்டாங்க சீலம், பிரதிமோக்ஷ சம்வரசீலம் என்னும் சீலங்களை மேற்கொண்டு ஒழுகுகின்றவர்களையும், மெய் மொழி மனங்களால் பிறருக்கு நன்மை செய்கின்றவர்களையும், செய்ந்நன்றி அறிந்து உதவி செய்கின்றவர்களையும் துன்பத்திலிருந்து தேவர்கள் காப்பாற்றுவார்கள்' என்று சொல்லிற்று.

இதைக் கேட்டுக்கொண்டிருந்த அவர்களில் பலகை கொடுத்துதவியவன், 'தாங்கள் சொல்லிய தர்மங்களில் ஒன்றையேனும் நான் செய்தவனல்லவே. அப்படியிருக்க, என்னைக் கடலினின்றுங் காப்பாற்றிய வகை என்ன?' என்று வியப்புடன் வினாவினான். அதற்கு அத்தெய்வம், 'உனக்கு ஒரு வெற்றிலை கொடுத்து உதவிய நன்றியை நினைத்து, நடுக்கடலில் உன் உயிரையும் பாராமல் மற்றவனுக்கு உன் பலகையைக் கொடுத்து உதவினாய். இந்த நன்றியறிதல் என்னும் உனது நற்குணத்துக்காக உன்னை நான் காப்பாற்றினேன்' என்று சொல்லி, அக்கடற்றெய்வம் மறைந்துவிட்டது.

கம்போடியா தேசத்திலும், சீயாம் தேசத்திலும் மணிமேகலையைப்பற்றிய கதைகள் வழங்குகின்றனவென்று திரு. சில்வன் லீவி என்னும் ஆசிரியர் (The Indian Historical Quarterly, Vol. VII, Page 371.) எழுதியிருக்கின்றார். அதன் சுருக்கம் இதுவாகும் :-

கம்போடியா தேசத்து இராமாயணத்தில் கீழ்க்கண்ட பகுதி காணப்படுகின்றது : தேவர்களும் தெய்வமகளிரும் ஒரு அரங்கத்தில் கூடி நடனம் செய்கிற வழக்கப்படி, மேற்படி அரங்கத்தில் ஒரு நாள் தேவர்கள் கூடியிருந்தார்கள். அக்கூட்டத்தில் கலந்துகொள்ள மணிமேகலா தெய்வம் தனது ஒளிவீசும் அணிகளை அணிந்து, கையில் மாணிக்கக் கல்

ஒன்றனை எடுத்துக்கொண்டு சென்றது. செல்லும் வழியில் 'ராமசூரன்', அல்லது 'ராம பரசு' என்னும் பெயருள்ள அசுரன் அவள் கையில் உள்ள ஒளிவீசும் மாணிக்கக் கல்லைப் பிடுங்கிக்கொள்ள விரும்பி அவளைத் தொடர்ந்தான். அதனை அறிந்த மணிமேகலை மேகத்தில் மறைந்தொளிந்தாள். அசுரன் அங்கும் அவளைத் தொடர, அவள் தன் கையிலிருந்த மாணிக்க நகையை அவன் கண்முன் காட்ட, அதன் ஒளியினால் கண் கூசி, அவ்வரக்கன் திகைத்து நின்றான். அப்போது மணிமேகலை அவனிடமிருந்து தப்பி ஓடினாள். அவ்வமயம் தெய்வங்களின் அரங்கத்திற்குச் செல்லுவதற்காகப் போய்க்கொண்டிருந்த வீர மிக்க 'வர்ஜூன்' என்னும் தேவன், ராமபரசு என்னும் அசுரன் மணிமேகலையைத் துரத்துவது கண்டு, அவ்விடம் வர, அவனுக்கும் ராமசூரனுக்கும் பெரும் போர் நடந்தது. கடைசியில், வர்ஜூன் என்பவனை ராமசூரன் தன் பரசு என்னும் ஆயுதத்தினால் கொன்று வென்றான். இந்தக் கதை கம்போடியா தேசத்து அரண்மனையில் நாடகமாக நடிக்கப்பட்டுவருகின்றது.

சீயாம் தேசத்து இராமாயணத்திலும் இதே கதை கூறப்பட்டிருக்கின்றது. கி. பி. 1783 முதல் 1806 வரையில் அரசாண்ட சீயாம் தேசத்து அரசன், 'முதலாவது ராமன்' என்பவன் காலத்தில், இந்த இராமாயணம் எழுதப்பட்டது. இதுவும் கம்போடியா தேசத்து இராமாயணம் போன்றதே. இதில் காணப்படும் சிறு மாறுபாடு என்னவென்றால், 'வர்ஜூன்' என்னும் தேவன் பெயர் 'அர்ஜூனன்' என்று காணப்படுவதுதான். மேற்படி கம்போடியா, சீயாம் தேசத்துக் கதைகளும் மணிமேகலை சமுத்திரத்தில் வாழ்வதாகவும், அது கடற்றெய்வம் என்பதாகவும் கூறுகின்றன.

'ச-கேச-தாது வம்சம்' என்னும் (Cha-Kesa-Dhatuvamsa) பிற்காலத்துப் பாளிமொழிப் பௌத்த நூலில், புத்தர் தமது ஆறு சீடர்களுக்கு ஆறு உரோம தாது கொடுத்ததாகவும், அவர்கள் அவற்றைக் கொண்டு தென்னாட்டிற்கு வந்தபோது, கடலால் சூழப்பட்ட ஒரு அசோக வனத்துக்கு வந்ததாகவும், அப்போது

அந்தத் தாதுவை வைக்கத் தூபி கட்டுவோரைக் காணாமல் அச்சீடர்கள் வருந்த புத்தர் கட்டளையினால் மணிமேகலா தெய்வம் அவர்களுக்குத் தோன்றி, ஒரு தூபியைக் கட்டியதாகவும் காணலாம். ('மணிமேகலைப்பாசாத' என்னும் பெயருள்ள பௌத்தப்பள்ளி ஒன்று இலங்கையில் இருந்ததென்பதும், அதனை 'இரண்டாவது சேனன்' என்னும் அரசன் பிற்காலத்தில் பழுது பார்த்துப் புதுப்பித்தான் என்பதும் தெரிகின்றன. இந்தப் பள்ளி மணிமேகலை கட்டியதாகக் கூறப்படும் தூபி அன்றென்பது உறுதி.)

இலங்கையில் சிங்களவர் வழங்கும் கதை சிலவற்றிலும் மணிமேகலையைப்பற்றிய குறிப்புக்கள் காணப்படுகின்றன. அவற்றையெல்லாம் இங்கு எழுதவேண்டுவதில்லை. ஆனால், அக்கதைகள் ஒன்றில் தமிழருக்கு வியப்பைத் தருவன எவையென்றால், 'பாலங்கா' என்பவன் தன் மனைவி 'பத்தினி' என்பவளுடன் மதுரைக்குச் செல்லும் வழியில், 'வைத' என்னும் ஆறு குறுக்கிட்டதால், பத்தினி தன் விரலில் அணிந்திருந்த ஆழியைக் கழற்றி ஆற்றில் எறிய, அந்த ஆற்றுநீர் விலகி இவர்களுக்கு வழிவிட்டது என்பதும், அக்கரையையடைந்த பின்னர், மணிமேகலா தெய்வம் வந்து ஆற்றில் எறியப்பட்ட மோதிரத்தை எடுத்துப் பத்தினியிடம் கொடுத்தது என்பதுவுமே. இங்கே பாலங்கா என்பவன் கோவலன், பத்தினி என்பவள் கண்ணகி, வைத, என்பது வைகை ஆறு.

மணிமேகலைத் தெய்வத்தின் உருவப்படம் சீயாம் (Siam) நாட்டில் இருக்கின்றது.

----

* இலங்கையில் உள்ள 'மகாவலி கங்கை' என்னும் ஆற்றில் 'மணிமேகலை' என்னும் பெயருடைய அணைக்கட்டு ஒன்று உண்டு. இந்த அணைக்கட்டினை இலங்கையை ஆண்ட முதலாவது 'அக்கபோதி' என்னும் அரசன் கட்டினான். பிற்காலத்தில் இந்த அணைக்கட்டினை 'இரண்டாவது சேனன்'

என்னும் அரசன் பழுது தீர்த்துப் புதுப்பித்தான்.

இலங்கையில், 'மணிமேகலை' என்னும் பெயருடன் ஓர் ஊரை 'மாகன்' என்னும் அரசனுடைய சேனைத்தலைவன் உண்டாக்கினான் என்பதும் தெரிகின்றது.

தொடர்புரை 5 : அகத்தியர்.

' விடையுகைத்தவன் பாணினிக்கு இலக்கணம் மேனாள் வடமொழிக்குரைத் தாங்கு இயன்மலயமா முனிக்குத் திடமுறுத்தியம் மொழிக்கு எதிராக்கிய தென்சொல் மடமகட்கு அரங்கென்பது வழுதிநாடன்றோ? '
- திருவிளையாடற்புராணம்.

' வடமொழியைப் பாணினிக்கு வகுத்தருளி அதற்கிணையாத் தொடர்புடைய தென்மொழியை உலகமெலாந் தொழுதேத்துங் குடமுனிக்கு வலியுறுத்தார் கொல்லேற்றுப் பாகரெனின் கடல்வரைப்பில் இதன்பெருமை யாவரே கணித்தறிவார்? '
' இருமொழிக்குங் கண்ணுதலார் முதற்குரவர் இயல்வாய்ப்ப இருமொழியும் வழிப்படுத்தார் முனிவேந்தர் '.
-காஞ்சிப்புராணம்.

இவ்வாறு சைவ நூல்கள் கூறாநிற்க, பௌத்த நூலாசிரியர் தமது பெரியாராகிய அவலோகிதர் வடமொழி தென்மொழிகளைப் பாணினிக்கும் அகத்தியருக்கும் அறிவுறுத்தியதாகக் கூறுகின்றனர். பாணினி முனிவர் வடமொழி இலக்கண அறிவை நிரம்பப் பெறுவான் வேண்டித் தவங்கிடந்தாரென்றும், அவலோகிதீஸ்வரர் அவருக்குத் தோன்றி அருள்புரிந்தாரென்றும், அதன் பின்னரே அவர் வடமொழி இலக்கணத்தை இயற்றினார் என்றும் பிற்காலத்துப் பௌத்த ஆசிரியரான 'தாரநாதர்' என்பார் எழுதியிருக்கின்றார். இக்கொள்கைக்கு ஆதாரமாக, 'மஞ்ஜூ ஸ்ரீ மூல மந்த்ர' என்னும் நூலினின்றும் மேற்கோள் காட்டுகின்றார். 'புத்தமித்திரனார்' என்னும் தமி.ழ் நாட்டுப் பௌத்தரும் அவலோகிதீஸ்வரரே அகத்தியனாருக்குத் தமிழ் அறிவுறுத்தினார் என்று தாம் இயற்றியுள்ள வீரசோழியாம் என்னும் நூலில் கூறியிருக்கின்றார். அச்செய்யுள் இது :

' ஆயுங்குணத் தவலோகிதன் பக்கல் அகத்தியன் கேட்(டு)
ஏயும் புவனிக்கியம்பிய தண் தமிழ் ஈங்குரைக்க
நீயும் உளையோ? எனின், கருடன் சென்ற நீள்விசும்பில்
ஈயும் பறக்கும் இதற்கென்கொலோ சொல்லும் ஏந்திழையே. '

அவலோகிதீஸ்வரரே தமிழ் மொழியை உண்டாக்கினார் என்பதும் புத்தமித்திரனார் கருத்து. இதனைப் 'பன்னூறாயிரம் விதத்திற் பொலியும் புகழ் அவலோகிதன் மொய்த்தமிழே' என்னும் கிரியாபதப்படலக் கடைசிச் செய்யுளடியாலும் அறியலாம். அகத்திய முனிவர் பொதிகை மலையில் எழுந்தருளியிருக்கிறார் என்று கூறப்படுகின்றது போலவே, அவலோகிதரும் பொதிகை மலையில் எழுந்தருளியிருக்கின்றாரென்று பௌத்தர்கள் கூறியிருக்கின்றார்கள். [அவலோகித ஈஸ்வரராகிய போதிசத்வருக்கு 'லோகீஸ்வரர்' என்றும், 'உலகநாதர்' என்றும் பெயர்கள் கூறுவதுண்டு.] பௌத்த மத நூல்களை ஆராய்வதன் பொருட்டு, இந்தியாவில் கி. பி. 629 முதல் 645 வரையில் சுற்றுப்பிரயாணம் செய்த 'யுவாங் சுவாங்' என்னும் சீனநாட்டுப் பௌத்த ஆசிரியர், அவலோகிதர் பொதிகை மலையில் எழுந்தருளியிருப்பதைக் கீழ்க்கண்டவாறு குறிப்பிட்டிருக்கின்றார்: மலகோட்டா (பாண்டியநாடு), தென் திசையில் கடலருகில் மலய மலைகளால் சூழப்பட்டிருக்கின்றது. இந்த மலைகளில் சந்தன மரங்கள் வளருகின்றன. மலய மலைகளுக்குக் கிழக்கில் பொடாலகா மலை இருக்கின்றது. அம்மலைமேல் ஓர் ஏரி இருக்கின்றது. அந்த ஏரியிலிருந்து ஒரு பெரிய ஆறு உண்டாகின்றது. இந்த மலையில் போதிசத்வர் அவலோகிதர் வாழ்கின்றார். இந்த மலைக்கு வடகிழக்குப் பக்கமாகக் கடற்கரையோரத்தில் ஒரு பட்டினம் உண்டு. அப்பட்டினத்திலிருந்து இலங்கைத் தீவுக்குச் செல்ல மக்கள் மரக்கலம் ஏறுகின்றார்கள்.

இன்னும், பிற்காலத்தினராகிய 'தாரநாதர்' என்பவர் பொடாலகா என்னும் ஒரு மலை தென் திசையில் உள்ளதென்றும், அதில் அவலோகிதர் வாழ்கின்றாரென்றும், அங்குச் செல்லக்

கடலையும், அப்பால் ஓர் ஆற்றையும், பிறகு ஒரு ஏரியையும் கடக்கவேண்டுமென்றும் எழுதியிருக்கின்றார்.

மேற்சொன்ன ஆசிரியர்கள் 'பொடாலகா' என்று கூறுவது பொதிகைமலை என்றும், அங்கிருந்து உண்டாவதாகக் கூறப்படும் ஆறு 'தாம்பிரவர்ணி' என்னும் பொருளை ஆறு என்றும் ஆராய்ச்சியாளர் கூறுவர். பொடாலகாவுக்கு (பொதிகைக்கு) வடகிழக்கே கடற்கரையில் உள்ளதாகக் கூறப்படும் துறைமுகப்பட்டினம் நாகைப்பட்டினமாகும் என்று சிலரும், பாண்டியநாட்டுக் 'கொற்கை' என்னும் துறைமுகமாகும் என்று வேறு சிலரும் கருதுகின்றார்.

மேற் கூறப்பட்ட 'தாரநாதர்' என்னும் பௌத்த ஆசிரியரே பொதிகை மலையில் வீற்றிருக்கும் அவலோகிதரைப்பற்றி இன்னும் சில செய்திகள் கூறியிருக்கின்றார். பௌத்த மதத்தில் ஆர்வமிக்க பிக்ஷுக்களிற் பலர் பொதிகை மலைக்கு அவலோகிதரைக் காண அடிக்கடி யாத்திரை செய்து வந்ததாகவும், அவ்வாறு சென்றவர்களில் ஒருவர் அப்பெரியாரைத் துதித்து நாகர்களும் அசுரர்களும் பாடிய இன்னிசையைக் கேட்டதாகவும், இன்னொரு யாத்திரிகர் அவலோகிதரின் உருவச்சிலையொன்றனை அங்குக் கண்டதாகவும், சாந்திவர்மன் என்னும் வேறொரு பௌத்த யாத்திரிகர் தெய்வ அருளினால் அந்த மலையுச்சிக்குச் சென்றதாகவும், ஆனால் அந்த இடம் வெறுமையாகக் கிடந்ததைக் கண்டதாகவும் அவர் எழுதியிருக்கின்றார்.

பழைய பௌத்த நூலாகிய மணிமேகலையில் அகத்தியரைப்பற்றிக் கூறப்பட்டிருக்கின்றதெனினும், அவலோகிதரைப்பற்றி ஒன்றும் குறிப்பிடவில்லை. கி. பி. ஏழாம் நூற்றாண்டில் சீன யாத்திரிகராலும், கி. பி. பதினொராம் நூற்றாண்டில் புத்த மித்திரராலும், இவருக்கும் பிற்பட்டவராகிய தாரநாதராலும், பொதிகையில் அவலோகிதர் வாழ்கின்றார் என்பதும், அவரிடம் அகத்தியர் தமிழ் கற்றார்

என்பதும் கூறப்படுகின்றன. கி. பி. 719 -இல் சீன தேசம் சென்ற தமிழ்ப் பௌத்தராகிய வச்சிரபோதி என்பவர் பாண்டிய தேசத்து மலய நாட்டில் வாழ்ந்திருந்தவராகக் கூறப்படுகின்றார். இவற்றையெல்லாம் ஒருங்கு சேர்த்து ஆராயும்போது, மணிமேகலை நூல் இயற்றப்பட்ட கி. பி. இரண்டாம் நூற்றாண்டுக்குப் பிறகு, ஐந்தாம் அல்லது ஆறாம் நூற்றாண்டில், பாண்டிய தேசத்து மலய நாட்டில் மகாயான பௌத்தர்கள் இருந்தார்கள் என்பதும், அவர்கள் பொதிகை மலையில் போதிசத்வர் அவலோகிதருக்குக் கோயில் அமைத்திருந்தார்கள் என்பதும், அவலோகிதரிடத்தில் அகத்தியர் தமிழ் பயின்றார் என்னும் கொள்கையை அவர்கள் உண்டாக்கியிருக்கக்கூடும் என்பதும், பிற்காலத்தில் பௌத்த மதம் தமிழ் நாட்டில் வீழ்ச்சியடைந்த பின்னர்ப் பொதிகையிலிருந்த அவலோகிதர் கோயில் அழிந்துவிட்டிருக்க வேண்டும் என்பதும் தெரிகின்றன.

தொடர்புரை 6 : மணிமேகலை நூலின் காலம்.

மணிமேகலையின் காலத்தை ஆதாரத்துடன் ஆராய்ந்து எழுதுவதென்றால் அது பெரியதோர் தனி நூலாக முடியும். ஆதலின், மிகச் சுருக்கமாக எழுதுவோம். மணிமேகலையும் சிலப்பதிகாரமும் கி. பி. இரண்டாம் நூற்றாண்டில் இயற்றப்பட்டவை என்பதே பலரின் கொள்கை. ஆயினும், சிலர் மட்டும், ஐயப்பாட்டிற்கிடமான சில ஆதாரங்களைக் காட்டி, இதனைப் பிற்காலத்து நூல் என்று கூறுவர். ஈண்டு, கி. பி. இரண்டாம் நூற்றாண்டின் இறுதியில் மணிமேகலை எழுதப் பட்டதென்பதற்கான ஆதரங்களை முதலில் எடுத்துக்காட்டிப் பின்னர், இதனைப் பிற்காலத்து நூல் என்று கூறுவோரின் கூற்று ஆதாரமற்றதென்பதை விளக்குவோம்.

1. 'மணிமேகலை'யை இயற்றிய ஆசிரியர் சீத்தலைச்சாத்தனாரும் 'சிலப்பதிகார'த்தை இயற்றிய இளங்கோ அடிகளும் நண்பர்களென்பதும், சிலப்பதிகாரக் காவியத்தின் தொடர்ச்சியே மணிமேகலைக் காவியம் என்பதும் யாவரும் ஒப்புக்கொண்ட உண்மை. அன்றியும், இளங்கோ அடிகளின் தமையனான சேரன் செங்குட்டுவனுக்கும் சீத்தலைச் சாத்தனார் உற்ற நண்பர். கண்ணகியின் வரலாற்றினைச் சீத்தலைச்சாத்தனார் சொல்லக் கேட்டுக் கண்ணகியின் கற்பினைப் பாராட்டி அவளுக்குக் கோயில் அமைத்த செங்குட்டுவ மன்னன், இலங்கைத் தீவை அரசாண்டிருந்த கஜபாகு (கயவாகு) என்னும் அரசனைப் பத்தினிக் கடவுளான கண்ணகியின் விழாவுக்கு அழைத்திருந்தான். கஜபாகு மன்னனும் இவ்விழாவுக்கு வந்திருந்ததோடு, இலங்கைகுச் சென்று அங்கும் கண்ணகி வணக்கத்தை ஏற்படுத்தினான். இன்றைக்கும் சிங்களவர் 'பத்தினி தெய்யோ' (பத்தினித் தெய்வம்) என்று கண்ணகியைக் கொண்டாடிவருகின்றனர்.

பத்தினித் தெய்வ வணக்கத்தை இலங்கையில் ஏற்படுத்திய கஜபாகு வேந்தன் கி. பி. 171 முதல் 193 வரையில் இலங்கையை அரசாண்டான். இவனுக்குக் 'கஜபாகு காமினி' என்னும் பெயரும் உண்டு. எனவே, கஜபாகுவின் நண்பனான சேரன் செங்குட்டுவனும், இளங்கோ அடிகளும், சீத்தலைச்சாத்தனாரும் ஒரே காலத்தவர் என்பது பெறப்பட்டது. ஆகவே, மணிமேகலையைச் சீத்தலைச்சாத்தனார் கி. பி. இரண்டாம் நூற்றாண்டின் இறுதியில் இயற்றியிருக்கவேண்டும்.

2. மணிமேகலை நூலில் இருபத்தேழாவது காதையில்,

' வேத வியாதனுங் கிருத கோடியும்
ஏதமில் சைமினி யெனுமிவ் வாசிரியர்
பத்து மெட்டு மாறும் பண்புறத்
தத்தம் வகையாற் றாம்பகர்ந் திட்டனர் '

என வரும் அடிகளில், 'கிருத கோடி' என்னும் ஆசிரியரைப் பற்றிக் கூறப்பட்டுள்ளது. 'கிருத கோடி' என்பது மீமாம்சை சாத்திரமாகிய வேதாந்த சூத்திரத்திற்குப் 'போதாயனர்' என்பவர் இயற்றிய உரை. 'பிரபஞ்சஹிருதயம்' என்னும் சம்ஸ்கிருத நூலில், மீமாம்சை சாஸ்திரம் முழுவதுக்கும் போதாயனர் என்பவர் ஒரு பாஷ்யம் (விரிவுரை) எழுதினார் என்றும், அந்த உரைக்கு 'கிருத கோடி' என்பது பெயர் என்றும், இந்த உரை மிக விரிவாக இருந்ததுபற்றி 'உபவர்ஷர்' என்பவர் அதனைச் சுருக்கி அமைத்தனர் என்றும் கூறப்பட்டிருக்கின்றது. வேதாந்த சூத்திரத்திற்கு இராமாநுசர் எழுதிய 'ஸ்ரீபாஷ்யம்' என்னும் உரையிலும், போதாயனர் வேதாந்த சூத்திரத்திற்குப் 'பிரம்மசூத்திரம்' என்னும் விருத்தியுரை எழுதினார் என்றும், அந்த விரிவுரையைப் 'பூர்வாசாரியர்' சுருக்கமாக அமைத்தார் என்றும் கூறியிருக்கின்றார். இங்கு இவர் 'பூர்வாசாரியர்' என்று கூறுவது உபவர்ஷரை. இந்த உபவர்ஷர் என்பவர் கி. பி. மூன்றாம் நூற்றாண்டிற்குப் பிற்பட்டவர் அல்லர் என்பது ஆராய்ச்சிவல்லோர் முடிவு. கி. பி. மூன்றாம் நூற்றாண்டில் இருந்த உபவர்ஷருக்கு முன் மீமாம்சை சாத்திரத்துக்கு ஒரே ஒரு உரை இருந்ததென்றும், அது போதாயனர் எழுதிய 'கிருத கோடி'

என்னும் உரை என்றும், இந்தக் 'கிருத கோடி' உரை எழுதிய போதாயனர் கி. பி. முதல் நூற்றாண்டுக்கும் இரண்டாம் நூற்றாண்டுக்கும் இடைப்பட்ட காலத்தில் வாழ்ந்திருந்தவர் என்றும் ஆராய்ச்சி வல்ல அறிஞர் முடிவு கட்டியுள்ளனர். எனவே கிருத கோடி ஆசிரியரைக் குறிப்பிடுகின்ற 'மணிமேகலை' அவ்வுரை பெரிதும் வழக்காற்றிலிருந்த கி. பி. முதலாவது, அல்லது இரண்டாவது நூற்றாண்டுகளில் எழுதப்பட்டிருக்க வேண்டும். இதனைப்பற்றி முற்றும் விளக்கி எழுதினால் இடங்கொள்ளும் என்றஞ்சிச் சுருக்கமாகக் குறிக்கப்பட்டது. இதனை நன்குணரவேண்டுவோர் கீழ்க்கண்ட ஆங்கில நூல்களினால் ஐயமறத் தௌ¤யலாம். (Vedanta Commentators before Sankaracharya by P. V. Kane, Proceedings, Fifth Indian Oriental Conference, Vol. II; Manimekhalai in its Historical Setting by Dr. S. Krishnaswami Aiyengar.)

3. மணிமேகலையில் கூறப்பட்டுள்ளது ஈனயான பௌத்தமதம் ; மகாயான பௌத்தமதத்தைப்பற்றி அதில் கூறப்பட்டில்லை. எனவே, மணிமேகலை மகாயான பௌத்தக் கொள்கைகள் பரவுவதற்கு முன்பு எழுதப்பட்ட நூல் என்று விளங்குகின்றது.

மகாயான பௌத்தமதத்தை உண்டாக்கியவர் நாகார்ஜுனர். இவரும் இவரது மாணவராகிய ஆரிய தேவரும் மகாயான மதநூல்களை இயற்றி அந்த மதத்தைப் பரவச் செய்தனர். நாகார்ஜுனர் கி. பி. மூன்றாம் நூற்றாண்டின் முற்பகுதியில் இருந்தவர். எப்படி எனில், கூறுவோம்: 'குமார ஜீவர்' என்னும் ஆசிரியர் கி. பி. 399 முதல் 417 வரையில் பௌத்த நூல்களை எழுதினார் என்று சீன தேசத்து நூல்களினின்றும் தெரிகின்றது. இந்தக் குமார ஜீவர் கி. பி. 400-இல் நாகார்ஜுனர் சரிதத்தையும் அவரது மாணவராகிய ஆரியதேவரது சரிதத்தையும் எழுதியிருக்கின்றார். எனவே, இவரது காலத்துக்கு ஒன்றிரண்டு நூற்றாண்டுக்கு முன்பு நாகார்ஜுனர் வாழ்ந்திருந்தவராதல்வேண்டும். நாகார்ஜுனர் 'சாதவாகன' அரசர்களின் காலத்தில் இருந்தவர் என்று தெரிகின்றபடியாலும்,

சாதவாகன அரசாட்சி கி. பி. மூன்றாம் நூற்றாண்டின் முற்பகுதியில் மங்கிவிட்டபடியாலும், நாகார்ஜூனர் அந்த நூற்றாண்டின் முற்பகுதியில், அதாவது கி. பி. 250-இல் வாழ்ந்திருந்தவராதல் வேண்டும். ஆசிரியர் கீத் (Prof. Keith) என்பவர், நாகார்ஜூனர் ஏறக்குறைய கி. பி. 200-இல் வாழ்ந்திருந்தவர் என்று கூறுவதும் இதனை ஆதரிக்கின்றது. எனவே, நாகார்ஜூனர் கி. பி. 200 - 250 ஆண்டுகளுக்கு இடைப்பட்ட காலத்தில் வாழ்ந்திருந்தவர் என்பது தெளிவாகின்றது. மணிமேகலையில் 'சமயக்கணக்கர் தந்திறங்கேட்டகாதை'யில், தமிழ் நாட்டிலிருந்த பல்வகைச் சமயங்களைப்பற்றிக் கூறுகின்ற சீத்தலைச்சாத்தனார், ஈனயான மதத்துக்கு மாறுபட்ட கொள்கைகளையும் தத்துவங்களையும் உடைய மகாயான மதத்தைப்பற்றிக் கூறாதிருப்பது, நாகார்ஜூனரது கொள்கைகள் பரவுவதற்கு முன்னே மணிமேகலை இயற்றப்பட்டிருக்கவேண்டுமென்பதைக் காட்டுகின்றது. எனவே, மணிமேகலை நாகார்ஜூனருக்கு முன், அதாவது கி. பி. இரண்டாம் நூற்றாண்டின் இறுதியில், இயற்றப்பட்டதாதல்வேண்டும். இதனைக் கீழ்க்கண்ட ஆங்கில நூல்களில் விளக்கமாகக் காணலாம். (The Buddhism of Manimekhalai by Dr. S. Krishnaswami Aiyengar in Buddhistic Studies, Edited by B. C. Law ; Manimekhalai in its Historical Setting by Dr. S. Krishnaswami Aiyengar.)

4. சங்கச் செய்யுள்களில் பல்லவர்களைப்பற்றிக் கூறப்படவில்லை. அதிலும் சிறப்பாக, தமிழ் நாட்டு வேந்தர்களை ஆங்காங்கு குறிப்பிட்டுச்செல்கின்ற சிலப்பதிகாரமும் மணிமேகலையும் பல்லவ அரசர்களைக் கூறவில்லை. பல்லவர்கள் காஞ்சீபுரத்தைத் தலைநகரமாகக் கொண்டு தமிழ் நாட்டின் வடபகுதியை அரசாண்ட பேர்பெற்ற மன்னர். இவர்களைப் பற்றிக் கூறப்படாததுபற்றி, பல்லவர் தமிழ் நாட்டிற்கு வருவதற்கு முன்னர் 'மணிமேகலை' இயற்றப்பட்டிருக்கவேண்டும். காஞ்சீபுரத்தை அரசாண்டவன் சோழ மன்னன் என்றும், அவன் 'நலங்கிள்ளி' என்பவன் தம்பி

'இளங்கிள்ளி' என்பவன் என்றும் மணிமேகலை கூறுகின்றது. பல்லவர் முதல் முதல் காஞ்சீபுரத்தைக் கைப்பற்றியது கி. பி. நாலாம் நூற்றாண்டிலென்றும், கி. பி. மூன்றாம் நூற்றாண்டு வரையிலும் சோழர்கள் சோழநாட்டிலும் தொண்டை நாட்டிலும் வலிமை பெற்றிருந்தார்களென்றும், 'குமார விஷ்ணு', அல்லது 'ஸ்கந்தவர்மன்' என்னும் பெயருள்ள பல்லவ அரசன் தமிழ் நாட்டின் வடக்கிலிருந்து வந்து காஞ்சீபுரத்தை முதல் முதல் கைப்பற்றினானென்றும், அவன் காஞ்சியைக் கைப்பற்றியது ஏறத்தாழ கி. பி. 325 ஆம் ஆண்டென்றும் கூறுவர் ஹீராஸ் பாதிரியார். (Studies in Pallava History by Rev. H. Heras.)

பல்லவர் காஞ்சியைச் சோழரிடமிருந்து முதல் முதல் கைப்பற்றியது கி. பி. 325-ஆம் ஆண்டில், ஆகையாலும், மணிமேகலையில் கூறப்பட்டுள்ளபடி காஞ்சியை அரசாண்ட மன்னன் சோழர் குடும்பத்தைச் சேர்ந்தவனாகையாலும், மணிமேகலை இந்த ஆண்டுக்கு முன் இயற்றப்பட்டதாதல் வேண்டும். ஆனால், மேலே கூறப்பட்ட கஜபாகுவின் காலத்தையும் செங்குட்டுவன் காலத்தையும், நாகார்ஜூனர் காலத்தையும், கிருதகோடி உரை இயற்றிய 'போதாயனர்' என்பவரின் காலத்தையும் ஒப்பிட்டு நோக்கும்போது, மணிமேகலை கி. பி. இரண்டாம் நூற்றாண்டின் கடைசியில் இயற்றப்பட்டதாதல்வேண்டும் என்பது ஐயமற விளங்குகின்றது.

மணிமேகலை கி. பி. இரண்டாம் நூற்றாண்டின் இறுதியில் இயற்றப்பட்டிருக்கவேண்டும் என்பதை விளக்க இன்னும் வேறு சான்றுகள் வேண்டுவதில்லை. இனி, இந்த நூல் இரண்டாம் நூற்றாண்டுக்குப் பின் இயற்றப்பட்டதென்று கூறுவோர் காட்டும் சான்றுகளை எடுத்துக்காட்டி, அவை தக்க சான்றுகளல்ல என்பதை விளக்குவோம்.

1. மணிமேகலையில் 'குச்சரக்குடிகை' என வரும்

சொற்றொடருக்கு உரையெழுதிய டாக்டர் சாமிநாத அய்யர் அவர்கள், 'கூர்ச்சர தேசத்துப் பணி அமைந்த சிறிய கோயில்' என்று எழுதியிருக்கிறார்கள். இதனை உடும்புப் பிடியாகப் பிடித்துக்கொண்டு ஒரு சிலர், ஏனைய ஆதாரங்களையெல்லாம் மறந்துவிட்டு, மணிமேகலை கி. பி. ஐந்தாம் நூற்றாண்டிற்குப் பின்னர் இயற்றப்பட்டதென்பர். அதாவது, கூர்ச்சரர் கி. பி. ஐந்தாம் நூற்றாண்டுக்கு முன் இந்தியாவுக்கு வரவில்லை என்றும், கூர்ச்சரரைக் குறிப்பிடுகிறபடியால், மணிமேகலை கி. பி. ஐந்தாம் நூற்றாண்டிற்குப் பிறகு இயற்றப்பட்டதென்றும் கூறுவர். இந்த ஆராய்ச்சி முடிவை எதிர்த்தும், ஆதரித்தும் 'குச்சரக்குடிகை'க்கு வேறு பொருள் கற்பித்தும் அறிஞர் பலர் ஆங்கிலத்திலும் தமிழிலும் பல கட்டுரைகள் எழுதியிருக்கிறார்கள். அவற்றையெல்லாம் ஈண்டுக் காட்டப்புகின் விரியும். ஆனால், இந்த ஆராய்ச்சி ஐயப்பாட்டுக்கு இடமான முடிவை அடிப்படையாகக் கொண்டுள்ளது என்பதை எடுத்துக்காட்ட விரும்புகின்றோம். 'குச்சரக்குடிகை தன்னகம் புக்கு' எனவரும் மணிமேகலை அடிகளுக்குக் 'குஞ்சக் குண்டிகை தன்னகம்புக்கு' என்னும் பாடபேதமும் காட்டப்பட்டுள்ளது. (18-ஆம் காதை, 145.) இந்தப் பாடபேதம் முதற் பதிப்பில் காட்டப்படவில்லை. எதிர்வாதங்கள் எழுந்த பின்னர், பிற்பதிப்புக்களில் இந்தப் பாடபேதம் காட்டப்பட்டுள்ளது. இந்தப் பாடபேதம் முதற்பதிப்பிலேயே காட்டப்பட்டிருக்குமானால், பல ஆராய்ச்சியாளரின் காலமும் உழைப்பும் வீணாக்கப்பட்டிரா. ஆனால், முதல் பதிப்பின் பாடத்தை மட்டும் வைத்துக்கொண்டு, அதன் உரையையும் தெய்வவாக்காகக் கொண்டு, ஆராய்ச்சியாளரிற் சிலர் மணிமேகலை கி. பி. ஐந்தாம் நூற்றாண்டுக்குப் பிற்பட்டது என வாதித்தனர். இந்த வாதத்தை V. A. Smith போன்ற சில மேல் நாட்டு அறிஞரும் நம்பி இடர்ப்பட்டனர். நேர்மையான பாடம் 'குச்சரக் குடிகை'யா, அல்லது 'குஞ்சக் குண்டிகை'யா என்பதை முடிவுகட்டிய பின்னரே இந்த ஆராய்ச்சியில் இறங்கவேண்டும். இந்த ஐயப்பாட்டைத் தீர்க்காமல், 'கூர்ச்சர தேசத்துப்

பணியமைந்த சிறிய கோயில்' என்னும் உரையை ஒப்புக்கொண்டு முடிவுகட்டுவது, வழுக்கு நிலத்தில் ஊன்றுகோலின்றி நடப்பது போலாகும்.

இனி, 'குச்சரக்குடிகை' என்னும் பாடந்தான் சரியான தென்று ஒப்புக்கொள்வதாயிருந்தாலும், இச்சொற்றொடர்க்கு உரையாசிரியர் காட்டிய பொருள் தவறு என்றும், இதற்கு வேறு பொருள் இருக்கவேண்டும் என்றும் தோன்றுகின்றது. கூர்ச்சரர் கட்டிடத்தொழிலில் பேர் பெற்றவர் அல்லர் என்பதை நிலைநாட்டி, இந்த உரையை மறுத்து, டாக்டர். S. கிருஷ்ணசாமி அய்யங்கார் அவர்கள் தாம் எழுதிய Manimekhalai in its Historical Setting என்னும் நூலில் விரிவாக எழுதியிருக்கிறார்கள். விரிவஞ்சி அதனை ஈண்டுக் குறிக்காமல் விடுகின்றோம்.

'குடிகை' என்பதற்குச் 'சிறிய கோயில்' என்று எழுதப்பட்டுள்ள உரையும் சரியானதாகத் தோன்றவில்லை. 'குடிகை' என்பதற்கு ஓலையால் வேய்ந்த குடிசை என்பதே பொருள் எனத் தோன்றுகின்றது. இந்தப் பொருளிலேயே இந்தக் 'குடிகை' என்னும் சொல் மணிமேகலையில் வேறு இடத்திலும் வந்துள்ளது.

' தண்டு மண்டையும் பிடித்துக் காவலர்
உண்டுகண் படுக்கும் உறையுட் குடிகையும் '.
(4-ஆம் காதை, 62-63.)

நகரத்தை இரவுமுழுதும் காவல் காத்த காவலாளர் காலையில் ஊண் உண்டு படுத்து உறங்கும் குடிசையை (ஓலையால் வேய்ந்த குடிசையை) இது குறிப்பிடுகின்றது. இதற்குக் குறிப்புரை எழுதியவர், குடிகை=பர்ணசாலை. குடிகா' என்னும் வடமொழிச்சிதைவென்பர். இஃது இக்காலத்து 'குடிசை' என்று வழங்குகின்றது என்று எழுதியிருக்கின்றார். இந்த உரை மிகவும் பொருத்தமானதே. ஆனால், 'குச்சரக்குடிகை' என்பதற்குப் பொருள் எழுதியபோது, சிறிய கோயில், அதாவது, கட்டிடத்தால் அமைந்த சிறிய கோயில் என்னும் பொருள்பட எழுதியுள்ளார். ஓரிடத்தில் 'குடிசை'

என்றும், இன்னோரிடத்தில் 'கட்டிடம்' என்றும் எழுதியிருக்கின்றார். இது எவ்வாறு பொருந்தும்?

' உறையுட் குடிகை யுள்வரிக் கொண்ட மறுவில் செய்கை மணிமே கலைதான் ' - (19-ஆம் காதை,)

'உலக வறவியும் முதியாள் குடிகையும்' - (24-ஆம் காதை.)

எனவரும் அடிகளில், 'குடிகை' என்பதற்குக் குடிசை, ஓலையால் வேய்ந்த பர்ணசாலை என்றே பொருள் கொள்ளத் தக்கதாயிருக்கின்றது. சம்பாபதி கோயில் சுடுகாட்டை அடுத்திருந்த ஒரு கோயில். 'உலகவறவி' என்னும் மன்றத்தில் ஒரு புறத்தில் அது அமைந்திருந்தது. இந்தக் கோயிலின் கூரை ஓலையால் வேயப்பட்டிருந்தது. இப்பொழுதும் சில கிராமதேவதை கோயில்கள் ஓலைக் கொட்டகையால் அமைந்திருப்பதைக் காணலாம். ஓலையால் கொட்டகை அமைக்கக் கூர்ச்சர தேசத்திலிருந்து தொழிலாளர் வரவேண்டுவதில்லை. எனவே 'குச்சரக்குடிகை' என்பதே சரியான பாடமாயிருந்தாலுங்கூட, அதற்கு வேறு பொருள் இருக்கவேண்டுமே தவிர 'கூர்ச்சர தேசத்துப் பணியமைந்த சிறிய கோயில்' என்னும் பொருள் சிறிதும் பொருந்தாது. ஆகவே, இதை ஆதாரமாகக் கொண்டு கி. பி. ஐந்தாம் நூற்றாண்டுக்குப் பின்னர் மணிமேகலை எழுதப்பட்டதென்பது அறிவுக்குச் சிறிதும் பொருத்தமானதன்று. இதனை மேலும் விளக்கப்புகின் விரியும் என்றஞ்சி இதோடு நிறுத்துகின்றோம்.

2. சாவகத்தீவில் பௌத்த மதம் பெரிதும் பரவியிருந்ததென்பது மணிமேகலையினால் அறியப்படுகின்றது. 'சாவகம்' என்பது இப்போதுள்ள கிழக்கிந்தியத் தீவுகளில் ஒன்றான சுமாத்ராதீவு என்று ஆராய்ச்சியாளர் கருதுகின்றார்கள். இந்தச் சுமாத்ரா தீவுக்குக் கி. பி. 400-இல் சென்ற 'பாஹியன்' (Fa-Hien) என்னும் சீனர், அங்குப் பிராமண மதம் செல்வாக்குப் பெற்றிருக்கிறதென்றும், பௌத்த மதம் தாழ்மையான நிலையில் இருக்கிறதென்றும் எழுதியிருக்கிறார். ஆனால், கி. பி. 600-இல் இந்தத் தீவுக்குச் சென்ற 'இத்ஸிங்' (-tsing) என்னும் சீனர் இங்குப் பௌத்த மதம் செழித்தோங்கியிருக்கிறதென்று

எழுதியிருக்கின்றார். இதனை ஆதாரமாகச் சுட்டிக் காட்டி மணிமேகலையில் சாவகத் தீவில் பௌத்தம் செல்வாக்குப் பெற்றிருந்ததாகக் கூறியிருப்பதனாலும், இத்ஸிங் என்பவரும் அவ்வாறே கூறியிருப்பதனாலும், பாஹியன் காலத்தில் அது இங்குச் செல்வாக்குப் பெறாதிருத்தபடியாலும், கி. பி. 400 - 600 இடைப்பட்ட காலத்தில் சுமாத்ராதீவில் பௌத்தம் செல்வாக்குற்றிருக்கவேண்டும் என்றும், ஆகவே அதனைக் குறிப்பிடுகின்ற மணிமேகலை இந்தக் காலத்தில் இயற்றப்பட்டிருக்க வேண்டும் என்றும் சில ஆராய்ச்சியாளர் கூறுவர்.

இது ஐயப்பாட்டுக்கிடமான போலிக் காரணம் என்று திரு. V. R. இராமச்சந்திர தீக்ஷ¤தர் அவர்கள் எழுதியுள்ளதைக் காட்டி விளக்குவோம். இந்தக் கூற்றை இவர் கீழ்வருமாறு மறுக்கிறார் :

முதலாவது, பாஹியன் இந்த விஷயத்தைப்பற்றிச் சரியான செய்தியைத் தரவில்லை. ஒரு வேளை, சுமாத்ராதீவில் இவர் சென்ற பகுதியில் பிராமண மதம் செல்வாக்குப் பெற்றிருந்திருக்கலாம்.

இரண்டாவது, ஆபுத்திரன் சுமாத்ராதீவை அரசாண்ட போது, அதாவது கிறிஸ்தவ சகாப்தத்தின் தொடக்கத்தில், செல்வாக்குற்றிருந்த பௌத்த மதம் கி. பி. 400 -இல் சீன யாத்திரிகர் சென்றபோது, செல்வாக்குக் குன்றியிருக்கக் கூடும்: பின்னர், மீண்டும் அதன் செல்வாக்கு நிலைபெற்று, கி. பி. 620-இல் சென்ற சீனயாத்திரிகர் காலத்தில் சிறப்படைந்திருக்கக்கூடும்.

மூன்றாவது, மணிமேகலையின் காலத்தைக் கி. பி. ஐந்தாம், அல்லது ஆறாம் நூற்றாண்டில் அமைக்கவேண்டும். மூன்றாவது சொல்லிய முடிபு எமக்குப் பொருத்தமாகத் தோன்றவில்லை. மற்ற ஆதாரங்களுக்கும் சான்றுகளுக்கும் இது பொருத்தமாக

இருக்கவில்லை. ஆகவே, முதலாவது, அல்லது இரண்டாவது சொன்ன முடிவுகளில் ஒன்றையே நாம் மேற்கொள்ளவேண்டும்.

இவர் கருத்து என்னவென்றால், கி. பி. 400-க்கும் 600-க்கும் இடைப்பட்ட காலத்தில் மணிமேகலை இயற்றப்பட்டதென்பது ஒப்புக்கொள்ளத் தக்கதல்ல; அது கிறிஸ்து சகாப்தத்தின் தொடக்கத்தில் எழுதப்பட்டிருக்கவேண்டும் என்பது. (Buddhism in Tamil Literature, Chapter XXVII, Buddhistic Studies ; Edited by B. C. Law)

3. மணி¢மேகலை சற்று எளிய நடையில் அமைந்திருப்பதும், அதில் வரும் 'மாதவி', 'சுதமதி', 'மணிமேகலை', 'சித்திராபதி', 'சங்கதருமன்' முதலான பெயர்கள் சங்க நூல்களில் காணப்படாத வடநாட்டுப் பெயர்களாக விருப்பதும்பற்றி இந்த நூல் பிற்காலத்தில் இயற்றப்பட்டிருக்கவேண்டும் என்று கூறுவர் சிலர்.

மணிமேகலையை இயற்றிய சாத்தனார் இந்நூலைப் பண்டிதர்களுக்குமட்டும் இயற்றினாரில்லை; புலமை நிரம்பாத மற்றவர்களுக்கும் விளங்கவேண்டும் என்பதே அவரது கருத்து. ஏனென்றால், பௌத்த மதத்தையும் அதன் கொள்கைகளையும் பல்லோருக்கும் அறிவிக்கவேண்டும் என்னும் நோக்கத்தோடு இது இயற்றப்பட்டதாகத் தெரிகின்றது. பௌத்தரும் ஜைனரும் தங்கள் மதக் கொள்கைகளைப் பல்லோருக்கும் விளங்கும்படி எழுதவும் பேசவும் வேண்டும் என்பது அம்மதங்களின் கொள்கை. 'பௌத்தரும் தமிழும்' என்னும் 6-ஆம் அதிகாரம் காண்க.

மணிமேகலையில் குறிப்பிட்டுள்ள மக்கட்பெயர்கள் பெரும்பான்மையும் வடமொழிப் பெயராக இருக்கின்றன வென்பது உண்மையே. வடமொழிப் பெயராக இருப்பது

கொண்டு பிற்காலத்து நூலென்று சொல்வதற்கில்லை. பௌத்தம், ஜைனம் முதலான மதங்கள் வட நாட்டினின்று வந்த மதங்கள். ஆகையால், அம்மதங்களை மேற்கொண்ட தமிழர்களுக்கு அம்மதச் சார்பான வடமொழிப் பெயர்கள் அமைப்பது இயல்பு. இப்பொழுதும் தமிழன் கிறிஸ்தவனாகவோ முகம்மதியனாகவோ மதம் மாறினால், 'அந்தோனி', 'ஜான்', 'ஜோசப்' முதலிய பெயர்களையாவது, 'அப்துல்லா,' 'ரஹ்மான்,' 'யூசூப்' முதலிய பெயர்களையாவது அம்மதச் சார்பு பற்றிச் சூட்டிக்கொள்கிறான். அதுபோல, பௌத்த வடமொழிப் பெயர்களைத் தமிழப் பௌத்தர் சூட்டிக்கொண்டதில் அதிசயம் இல்லை. இனி, சங்க நூல்களில் வடமொழிப்பெயர்கள் காணப்படவில்லை என்பதும் தவறு. சங்கச் செய்யுள்களை இயற்றியவர்களில் இருபது பேருக்கு மேற்பட்டவர் 'சாத்தனார்' என்னும் பெயர் கொண்டிருக்கிறார். இப்பெயர் 'சாஸ்தா' என்னும் வடமொழிப்பெயரின் தமிழ்த் திரிபு. '(இளம்) போதியார்' என்னும் பெயர் வடமொழி. 'நிகண்டனார் (கலைக்கோட்டுத் தண்டனார்)' என்பதும் வடமொழிச் சிதைவு. 'கோவலன்' என்பது 'கோபாலன்' என்பதன் திரிபு.. 'கோதமனார்,' 'பிரமனார்', 'தாமோதரனார்,' '(சோழன்) நல்லுருத்திரன்' ('ஆவூர்க் காவிதிகள்) சாதேவனார்,' 'பிரமசாரி,' 'பெருங் கௌசிகனார்,' 'பெரும் பதுமனார்' முதலிய பெயர்கள் வடமொழிப் பெயர்களே. இப்பெயருள்ளவர்கள் இயற்றிய செய்யுள்கள் நற்றிணை, புற நானூறு முதலிய நூல்களில் தொகுக்கப்பட்டுள்ளன. எனவே, சங்ககாலத்தில் வடமொழிப்பெயர்கள் இருந்ததில்லை என்று கூறுவது தவறு. கி மு. ஐந்தாம் நூற்றாண்டிலேயே, வட நாட்டவரான ஜைன மதத்தவரும், பௌத்த மதத்தவரும், வைதீக மதத்தவரும் தென்னாட்டிற்கு வந்தனர் என்பதற்குச் சான்றுகள் உண்டு. அங்ஙனமிருக்க, கடைச்சங்க நூல்களில் சில வடமொழிப் பெயர்களும் காணப்படுவதில் வியப்பில்லை. ஆகவே, வடமொழிப்பெயர்கள் காணப்படுவதுகொண்டு, 'மணிமேகலை' காலத்தால் பிற்பட்ட நூலென்று கருதுவது தவறு.

இவற்றைப் போன்ற மற்றவற்றையும் காரணங்கூறி மறுக்கலாம். ஆயினும், இடம் பெருகுமென்றஞ்சி இதனோடு நிறுத்துகின்றோம்.

தொடர்புரை 7 : வீரசோழியம்.

பதினொராம் நூற்றாண்டில், வீர ராசேந்திரன் காலத்தில் இயற்றப்பட்ட வீரசோழிய இலக்கணம் அக்காலத்திலிருந்தே வழக்காறற்றுவிட்டது. இந்நூலுக்குப் பின்னர், பன்னிரண்டாம் நூற்றாண்டில், மூன்றாங் குலோத்துங்கன் (கி. பி. 1178 - 1216) காலத்தில், இயற்றப்பெற்ற 'நன்னூல்' புலவரால் போற்றப்பட்டு இன்றளவும் வழக்காற்றில் இருந்துவருகின்றது. வீரசோழியம் பண்டிதரால் போற்றப்படாமல் ஏன் வழக்காறற்றுவிட்டது? சோழ அரசனால் போற்றப்பட்டும், அவன் பெயரால் இயற்றப்பட்டும், கடவுளே இந்நூலுக்கு உடன்பட்டுப் போற்றியதாகக் கதை கற்பிக்கப்பட்டும், இந்நூல் பயிலாமல் வழக்கொழிந்த காரணம் யாது? காஞ்சீபுரத்தில் கந்தபுராணத்தை அரங்கேற்றுங்கால், அப்புராணத்தின் முதற்பாட்டு முதற்சீரில் 'திகடசக்கர' என வரும் சொற்றொடரில், 'திகழ் + தசக்கர' என்பது 'திகட சக்கர' என்று ழவ்வும் தவ்வும் டவ்வானதற்கு இலக்கணவிதி காட்டும்படி சபையோர் கேட்க, அதற்கு ஆசிரியர் விடை கூறத் தெரியாமல் திகைக்க, சிவபிரானே சோழிய வேளாளனாய் வந்து வீர சோழியத்தினின்று இலக்கணவிதி காட்டினார் என்பது கதை. இவ்வாறு சிவபெருமானாலே போற்றப்பட்ட ஒரு நூல் ஏன் வழக்காறற்றுவிட்டது? தமிழ்மரபுக்குப் புறம்பான நூலைத் தமிழர் ஒரு போதும் ஏற்றுக்கொள்ளார். வீரசோழியம் வடநூல் மரபைத் தழுவி எழுதப்பட்டது. முக்கியமாக யாப்பிலக்கணம் பெரிதும் வடமொழிச் சார்பாக இருக்கின்றது. அன்றியும், இது எதிர்நூல். இது எதிர் நூல் என்பதை

' ஆரவார விலக்கணநூ லைந்துமுழங்க வதற்கெதிர்நூல் பாரின்மீது தமிழ்க்கூத்தன் பாடியமைத்தான் பயனோர்ந்தே வீரசோழ னுடனிருந்து வியந்தேவீர சோழியநூல் வாரமேற வரங்கேற்றி வைத்தார் சோழ மண்டலமே '

என்னும் சோழ மண்டல சதகச் செய்யுளால் அறியலாம்.

மகாவித்வான் சபாபதி நாவலர் அவர்கள் தாம் இயற்றிய 'திராவிடப் பிரகாசிகை'யில், இலக்கணமரபியலில், வீர சோழியத்தைப்பற்றிக் கூறுவதை ஈண்டு எடுத்துக்காட்டுவது பொருத்தமுடைத்து. அது வருமாறு :

"வீரசோழியம்:- இந்நூலாசிரியர், * அருகந்தருட்பட்ட புத்தமித்திரனார். இஃது எழுத்துச் சொற்பொருள் யாப்பணியென்னும் ஐந்திலக்கணமும் உணர்த்துமொரு சிறுநூல். 'ஏதமறு சகாத்த மெழுநூற்றிற் கச்சியப்ப சிவாசாரியர் தாம் பாடிய கந்தபுராணம் அரங்கேற்றுழிக் 'திகடசக்கரம்' என்னும் புணர்ச்சி முடிபிற்கு விதி இந்நூல் கொண்டு காட்டினார் என்று பதிப்புரைகாரர் உரைத்தார். வீரசோழியம் அகத்தியத்தின் வழித் தோன்றிய தொல்காப்பியத்தினையும், வேறு சிலநூல்களையும் முதலாகக் கொண்டு செய்ததோர் இயற்றமிழ்நூல். ஆசிரியர் தொல்காப்பியனார்,

' யரழ வென்னும் புள்ளி முன்னர்
முதலா கெழுத்து ஙகரமொடு தோன்றும் '

என நூன்மரபுள்ளும்,

' யரழ வென்னு மூன்றுமுன் னொற்றக்
கசதப ஙஞநம வீரொற் றாகும் '

என மொழிமரபுள்ளும், யரழக்கள் கசதபக்களோடு தனி யொற்றாயும் ஈரொற்றாயும் மயங்குமென்று ஓதுதலானும்,

' யகர விறுதி வேற்றுமைப் பொருள்வயின்
வல்லெழுத் தியையி னவ்வெழுத்து மிகுமே,

' அல்வழி யெல்லா மியல்பென மொழிப '

என்று புள்ளிமயங்கியலுட் கூறிவைத்து, அவ்விதியை,

' ரகார விறுதி யகார வியற்றே,'
' ழகார விறுதி ரகார வியற்றே '

என ரகர யகரங்களும் பெறுமென மாட்டெறிந்தோதுதலானும், ழகரத்தின் முன் வந்து புணருங் க ச த பக்கள் இரு வழியினும் இயல்பாயும் வல்லெழுத்து இரட்டியும் புணர்ச்சி யுறுதலன்றித் திரியாவென்பது தெளளிதிற் பெறப்படுதலின்,

'. . . . . பதினைந்தொ டெண்ணிரண்டாய்த் தோன்றுடற் பின்னர்த் தகாரம் வரினிரண் டுந்தொடர்பா னான்றவைந் தாமுட லாமுன்பி லொற்றுக் கழிவுமுண்டே '

எனப் புத்தமித்திரனார் வீரசோழியத்து, ழகரத்தின் முன் வருந் தகரம் டகரமாய்த் திரியும் என்றுரைத்தது, அங்ஙனம் போந்த தொல்காப்பிய விதிக்கு மாறுகோளென்று மறுக்கப் படுமென்க. அது தொல்காப்பிய விதிக்கு மாறுகோளாயினும், பிற்காலத்து இலக்கியங்களில் அங்ஙனம் போந்த பிரயோகங்கண்டு அவ்வாறு கூறப்பெறாரோவெனின், - சங்கத்துச் சான்றோர் இலக்கியங்களுள்ளும், பிற ஆன்றோர் இலக்கியங்களுள்ளும் அவ்வாறு போந்த பிரயோகம் யாண்டுங் காணப்படாமையானும், இனி அவ்வாறு போந்த இலங்கியங்காணப் படினும், தொல்காப்பிய மாறுகொளாகலின் வழுவென்று களையப்படுவதல்லது இலக்கணமென்று தழுவப்படாதாகலானும், அது பொருந்தாதென்றொழிக. இனிக் கந்த புராணத்துத் 'திகட சக்கரம்' எனவும், 'கீட்டிசை வாயில்' எனவும் போந்த இலக்கியப் பிரயோகங் கண்டு புத்தமித்திரர் அவ்வாறு இலக்கணங் கூறப்பெற்றாரெனின், - அது கந்த புராண இலக்கியப் பிரயோகம்பற்றி வீரசோழியத்தில் அங்ஙனம் இலக்கணங் கூறப்பட்டது, வீரசோழிய இலக்கணவிதி பற்றிக்கந்த புராணத்தில் இங்ஙனம் இலக்கியஞ் செய்யப்பட்டதென, ஒன்றனையொன்று பற்றுதலென்னுங் குற்றத்திற்கு இடனாமென்க. . . . . அற்றேல், கந்த புராணத்துத் 'திகடசக்கரம்', 'கீட்டிசைவாயில்' என்றிங்ஙனம் போந்த பிரயோகந் தொல்காப்பிய முதலிய இலக்கண வழுவாம்போலுமெனின், - அது இலக்கண வழுவாகாமை இலக்கியமரபியலுட் கந்தபுராண வரலாறு உரைப்புழிக் கூறுதும்"

இலக்கியமரபியலில், 'கந்த புராணம்' என்னும் தலைப்பின்கீழ்க் கீழ்க்கண்டவாறு இவ்வாசிரியர் கூறுகின்றார் :

" . . . . . அரங்கேற்றுழித் 'திகடசக்கர'மென்னுந் தலைச்செய்யுள் முதற்கண்ணதான 'திகழ்' என்னுஞ் சொல்லிறுதி ழகரந் தகர வல்லெழுத்தின் முன் டகரமாய்த் திரிந்ததற்கு விதி தொல்காப்பியத்தில் இல்லையென்று அவ்வரங்கிலுள்ள புலவரொருவர் தடை நிகழ்த்தினாரென்றும், கச்சியப்ப சிவாசாரியர், 'இத்தடை நியாயமாயினுங் குமரகோட்டத்தடிகள் அவ்வாறு எடுத்தருளிச் செய்ய நாம் முதற் கொண்டு பாடினாமாகலின், இதன்கண் குற்றமாராய்தல் முறையன்று' என்று விடை நிகழ்த்தினாரென்றுஞ் சிலர் கூறுப. ஆண்டு ழகரந்தகரத்தின் முன் டகரமாய்த் திரிந்தது 'விகட சக்கரன்' என்னும் எதுகை நோக்கியாகலின், அது தொல்காப்பிய விதியாமன்றி விரோதமாகாதென்க. இன்னோரன்ன செய்யுட்டிரிபுகள்,

' கிளந்த வல்ல செய்யுளுட் டிரிநவும் '

என்னும் அதிகாரப் புறநடையால் அமைத்துக்கோடற் பாலனவென்க. இங்ஙனமாகலின், அங்ஙனம் புலவர் தடை நிகழ்த்தினாரென்பதூஉம், கச்சியப்பசிவாசாரியர் இங்ஙனம் விடை நிகழ்த்தினாரென்பதூஉம் பொருந்தாமையறிக. இப்பொருந்தாமையை மேலுந் தடை விடைகளால் விரிக்கிற் பெருகும்."

----

* புத்தமித்திரனாரை அருகந்தர், அதாவது ஜைனர் என்று கூறுவது தவறு. புத்தமித்திரனார் பௌத்தர்.

முற்றிற்று.

இவ்வாராய்ச்சிக்கு உதவியாய்நின்ற நூல்கள்.

அகநானூறு.	திரு. ராஜகோபாலார்யர் பதிப்பு
காமாட்சி லீலாப் பிரபாவம்	சித்தாந்தபோத ரத்தினாகரம் கா. ஆலாலசுந்தரம் பிள்ளை அவர்கள் மொழிபெயர்ப்பு.
குறுந்தொகை	டாக்டர் சாமிநாத அய்யர் பதிப்பு.
சாசனப் புலவர்	ராவ்சாகிப் மு. இராகவ அய்யங்கார் அவர்கள்.
சிலப்பதிகாரம்	டாக்டர் சாமிநாத அய்யர் பதிப்பு.
சிவஞான சித்தியார்	(பரபக்கம்) ஞானப்பிரகாசர் உரை.
தஞ்சைவாணன் கோவை	சொக்கப்ப நாவலர் உரை.
தக்கயாகப் பரணி	ஒட்டக்கூத்தர்.
திராவிடப் பிரகாசிகை	மகாவித்வான் சபாபதி நாவலர்
தேவாரம்	அப்பர், சம்பந்தர்.
நற்றிணை	அ. நாராயணசாமி அய்யர் பதிப்பு.
நாலாயிர திவ்யப் பிரபந்தம்	ஆழ்வார்கள் அருளியது.
நீலகேசி, சமய திவாகர வாமன முனிவர் உரை	திரு. சக்கரவர்த்தி நயினார் அவர்கள் பதிப்பு.
பத்துப்பாட்டு (மதுரைக் காஞ்சி)	டாக்டர் சாமிநாத அய்யர் பதிப்பு.

புறநானூறு.	டாக்டர் சாமிநாத அய்யர் பதிப்பு.
புறத்திரட்டு.	ராவ்சாகிப் வையாபுரிப் பிள்ளை அவர்கள் பதிப்பு.
பெரிய புராணம்	சேக்கிழார்.
மணிமேகலை	மகாவித்வான் மயிலை சண்முகம் பிள்ளை அவர்கள் பதிப்பு.
மணிமேகலை	டாக்டர் சாமிநாத அய்யர் அவர்கள் பதிப்பு.
வீரசோழியம், பெருந்தேவனார் உரை	ராவ்சாகிப் தாமோதரம் பிள்ளை அவர்கள் பதிப்பு.
யாப்பருங்கல விருத்தி	ராவ்பகதூர் பவானந்தம் பிள்ளை அவர்கள் பதிப்பு.
செந்தமிழ்', 'கலைமகள்'	முதலிய மாத வெளியீடுகள் முதலியன.

BIBLIOGRAPHY.

Asoka.--Radhakumud Mookerji.

Buddhist India.--T. W. Rhys Davids.

Buddhistic Studies. -- Edited by Bimala Churn Law.

Geographical Essays. -- ""

Geography of Early Buddhism. -- "

The Jaakas of Stories of the Buddha s Former Birth. -- Edited by E. B. Cowell.

South India as a Centre of Pali Buddhism by B. C. Law. -- Dr. S.Krishnaswami Aiyengar s Commemoration Volume.

Origin and Decline of Buddhism and Jainism in Southern India by K. V.Subramaniya Aiyar. -- Indian Antiquary, Vol. XL.

Manimekhalai in its Historical Setting. -- Dr. S. K. Aiyengar.

A Note on Uragapuram. -- T. N. Subramaniam.

Historical Sketches of Ancient Dekhan. -- K. V. Subramaniya Aiyar.

Tamils 1800 Years Ago. -- V. Kanakasabai.

The University of Nalanda. -- Hasmukh D. Sankalia.

Mahavamsa. -- William Geiger s Translation.

Studies in South Indian Jainism. -- M. S. Ramaswami Aiyengar and B.Seshagiri Rao.

Indian Literature in China and Far East. -- Probhat K. Mukherji.

Psalms of the Sisters (Therigadha). -- Mrs. Rhys David s Translation.

Indian Teachers of Buddhist Universities. -- Phanindranath Bose.

The Cambridge History of India. -- Vol. I, Ancient India.

The Colas. -- K. A. Nilakanta Sastri.

Manual of Indian Buddhism. -- H. Kern.

A Forest Pilgrimage in Travancore by T. K. Joseph. -- Journal

of
Indian History, Vol. XVIII.
The Edifice formerly known as the Chinese or Jaina Pagoda at Negapatam
by Sir Walter Elliot -- Indian Antiquary, Vol. VII.
Bauddha Vestiges in Kanchipura. T. A. Gopinatha Rao. -- Indian Antiquary Vol. XLIV.
Studies in Tamil Literature and History. -- V. R. Ramachandra Dikshitar.
Yuan-Chwang s Travels in India. -- Thomas Watter s Translation.
Ancient Karnataka, Vol. I. -- Bhasker Anand Saletore.
Ancient Indian Colonies in the Far East: Suvarnadvipa. by Dr. K. C.Majumdar.
A Pageant of India. -- Adolf Waley.
The Early History of India. -- V. A. Smith.
Studies in Pallava History. -- Rev. H. Heras.
The Indian Historical Quarterly. -- Vol. VI & VII.
Dictionary of Pali Proper Names. -- Malalasekara.
Etc. Etc. Etc.

முதலியார் ஏ. டி. எஸ். ஜி. புஞ்சிஹேவா அவர்கள் [1] கூறிய அணிந்துரை

மும்மணிக்கு வந்தனம்
பண்டைக்காலத்தில் நிகழ்ந்து மறக்கப்பட்டுள்ள பழைய நாட்டுச் செய்திகளை முற்றாக நுணுகியாராய்ந்து பார்த்துத் திட்ட மான முடிபுகளைச் சான்றுகளுடன் தற்கால உலகத்தாருடைய நன்மைக்காக வெளிப்படுத்தல் கற்றறிந்த மாந்தர் கடனாகும். "பௌத்தமும் தமிழும்" என்னும் புத்தகத்தின் ஆசிரியராகிய ஸ்ரீ மயிலை, சீனி.வேங்கடசாமி அவர்கள் மேற்படி கடமையை யறிந்து அவ்வாறு நடக்கும் கல்விமானாகத் தோன்றுகிறார். முற் காலத்தில் பௌத்த சமயம் தமிழ்நாட்டினுட் புகுந்து வளர்ந்து செல் வாக்கடைந்து அந்நாட்டுக்குச் சிறந்த நன்மையைச் செய்து, "பிறத்த லும் மூத்தலும் பிணிபட்டிரங்கலும், இறத்தலும்" என்னும் உலக வியல்பின் வசப்பட்டுள்ள பௌத்த சமயம் அந்நாட்டினின்று கடைசி யாக அழிந்து போன வரலாறு கூறும் இப்புத்தகம் இப்போதுள்ள தமிழருக்கும் பௌத்தருக்கும் தகுதியான நூலாகும்.

பாலி, தமிழ், சிங்களம், ஆங்கிலம் முதலிய மொழிகளிலுள்ள நூல்களையும் கல்வெட்டுச் சாசனங்களையும் பாழான புத்தராலயங் களையும் பிரதிமைகளையும் ஆதாரமாகக்கொண்டு இந்நூல், பல பல முயற்சிகளுடன் இயற்றப்பட்டதாகக் காணலாகும். இலங்கையைப் பற்றி இந்நூலிற் கூறப்பட்டுள்ள செய்திகள் இங்கு வழங்குங் கிரந்தங்களில் காணப்படும் விவரங்களுடன் பொருத்தமுள்ளன. புத்ததத்ததேரர் முதலிய பாலி நூலாசிரியர்களைப்பற்றிய வரலாறுகளை இத்தனை விவரத்தோடே இலங்கை நூல்களில் காணவில்லை. தமிழ்ப் பௌத்த சமயாளிகள், பௌத்தக் கொள்கைகளை யடக்கிக்கொண்டு தமிழ்மொழியிலியற்றிய நூல்களைப்பற்றிய செய்தி யாதொன்றும் ஈண்டில்லை. அன்றியும், மகிந்தரின் தலைமையில் பௌத்த சமயம்

தமிழ்நாட்டினுட்புகுந்த வரலாறும் காணப்படுகிறதில்லை. மகிந்தர், மணிமேகலையில் சொல்லிய அறவணவடிகளைப் போலவே, சித்தி யுள்ளவராவர். அவர் தம்மைச் சேர்ந்த மற்றும் பிக்குகளுடன் ஆகாய வழியாக வந்து இலங்கையடைந்ததாக ஈண்டுள்ள நூல்கள் கூறுகின்றன.

ஆசாரிய தரும்பாலதேரர், புத்ததத்த தேரர் முதலிய தேரர்கள் இயற்றிய அருமையான நூல்கள் ஒழுங்காக இலங்கையில் வழங்கி வருகின்றன. அந்நூல்கள் பௌத்தமதக் கொள்கையையும் பாலி மொழியையும் இலக்கணத்தையும் நன்கு தெரிந்து கொள்வதற்குப் பயன்படுகின்றன. இலங்கைப் பிக்குகள் முதலிய பௌத்தர்கள் மேற்சொல்லிய தேரர்கள் செய்த நன்மையைப் பாராட்டி அவர்களைக் கண்ணியமாக மதிக்கிறார்கள்.

பௌத்த சமயத்தைப்பற்றி இந்நூலில் சொல்லிய எல்லா விவரங்களும் பௌத்தர்களால் ஒப்புக்கொள்ளத்தக்க நிலையிலிருக்கின்றன.

இந்தியாவில் மறைந்தொளிந்திருந்த பௌத்த சமயவிடயத்தைப் பற்றிய வரலாற்றை நன்கு ஆராய்ந்து வெளியிட்டதற்காக எமக்காக வும் பௌத்த உலகத்துக்காகவும் இந்நூலாசிரியருக்கு நன்றியறிவு கூறுகின்றேன். இந்நூல் சிங்கள மொழியில் மொழிபெயர்த்து வெளியிடுவது சிங்கள பௌத்தருக்குப் பயன்படும்.[2]

கத்தலுவா, அகங்கமம்,
இலங்கை, இங்ஙனம்,
26-10-40 முதலியார், ஏ. டி. எஸ். ஜி. புஞ்சிஹேவா

----

[1] இலங்கைவாசியும் சிங்களவருமாகிய திரு. முதலியார் ஏ.டி. எஸ், ஜி. புஞ்சிஹேவா அவர்கள், தாய்மொழியாகிய சிங்களத்தையும், தமிழ், சம்ஸ்கிருதம், பாலி, ஆங்கிலம் என்னும்

மொழிகளையும் கற்ற வர்கள். தமிழ் இலக்கணத்தைச் சிங்கள மொழியில் சப்தாகர(ம்), என்னும் பெயருடன் எழுதியிருக்கிறார்கள். காளிதாசர் சம்ஸ்கிருதத்தில் எழுதிய இருது சங்காரம் என்னும் நூலின் முதற் சருக் கத்தைச் சிங்களம், தமிழ், ஆங்கிலம் என்னும் மொழிகளில் மொழி பெயர்த்திருக்கிறார்கள். இலங்கை அரசாங்கத்தில் சி.ஐ.டி. போலீஸ் பகுதியில் முதலியாராக இருந்து இப்போது இளைப்பாறி யுள்ளார்கள்.

[2] முதலியார் புஞ்சிஹேவா அவர்கள், இந்நூலை சிங்களத்தில் மொழிபெயர்த்து வெளியிடுவது சிங்களவருக்குப் பயன்படும் என்று . 1940-இல் எழுதியதற்கேற்ப, இந்நூலை, எமது சம்மதம் பெற்று, இப்போது சிங்கள மொழியில் மொழிபெயர்த்து எழுதி வருகிறார்கள். - நூலாசிரியன்.

www.ingramcontent.com/pod-product-compliance
Ingram Content Group UK Ltd.
Pitfield, Milton Keynes, MK11 3LW, UK
UKHW041828031026
15587UKWH00002B/636

9 789348 584007